വിജ്ഞാനവർഷം

പുസ്തകം 33

AF519203

മറക്കാനാവാത്ത മലയാളസിനിമകൾ

marakkanavatha malayalacinemakal
•
vijayakrishnan
•
first edition
january 2008
•
second edition
february 2010
•
typesetting & published
chintha publishers, thiruvananthapuram
•
printed
Repro India Ltd, Mumbai.
•
cover design
shahul aliyar
•

വിതരണം

ദേശാഭിമാനി ബുക്ക് ഹൗസ്

H O തിരുവനന്തപുരം–695 001

ബ്രാഞ്ചുകൾ

ദേശാഭിമാനി റോഡ് തിരുവനന്തപുരം • ഓവർബ്രിഡ്ജ് തിരുവനന്തപുരം • കെ എസ് ആർ ടി സി ബസ് സ്റ്റേഷൻ ആലപ്പുഴ • കെ എസ് ആർ ടി സി ബസ് സ്റ്റേഷൻ എറണാകുളം • ഐ ജി റോഡ് കോഴിക്കോട് • മാവൂർ റോഡ് കോഴിക്കോട് • എൻ ജി ഒ യൂണിയൻ ബിൽഡിങ് കണ്ണൂർ • സെൻട്രൽ ബസ് ടെർമിനൽ കോംപ്ലക്സ് താവക്കര കണ്ണൂർ • മച്ചിങ്ങൽ ലെയ്ൻ തൃശൂർ

CR - VV.33 / 969 / 2431

മറക്കാനാവാത്ത മലയാളസിനിമകൾ

വിജയകൃഷ്ണൻ

ചിന്ത പബ്ലിഷേഴ്സ്
തിരുവനന്തപുരം–695 001

വിജയകൃഷ്ണൻ

ചലച്ചിത്രനിരൂപകൻ, സംവിധായകൻ, കഥാകൃത്ത്. മുപ്പത്തിനാല് പുസ്തകങ്ങൾ പ്രസിദ്ധപ്പെടുത്തി. 1982 ലെ ഏറ്റവും മികച്ച ചലച്ചിത്രഗ്രന്ഥത്തിനുള്ള ദേശീയ അവാർഡ് *ചലച്ചിത്രസമീക്ഷ* യിലൂടെ നേടി. 1984, 85, 86, 91, 2005 വർഷങ്ങളിൽ വിവിധ ചലച്ചിത്രസാഹിത്യ കൃതികൾക്ക് സംസ്ഥാന അവാർഡ് ലഭിച്ചു.

ഒരിടത്തൊരിക്കൽ, കഥാസംഗമം, പട്ടോലപ്പൊന്ന് എന്നീ ടി വി സീരിയലുകൾക്ക് സംസ്ഥാന ടി വി അവാർഡുകൾ ലഭിച്ചു. *ഭൂതത്താൻകുന്നി*ന് സംസ്ഥാന ബാലസാഹിത്യ ഇൻസ്റ്റിറ്റ്യൂട്ട് നോവൽ അവാർഡ്. സംസ്ഥാന ചലച്ചിത്രരചനാ അവാർഡ് കമ്മിറ്റി ചെയർമാൻ, സെൻട്രൽ ബോർഡ് ഓഫ് ഫിലിം സർട്ടിഫിക്കേഷൻ അംഗം, സംസ്ഥാന സിനിമാ അവാർഡ് കമ്മിറ്റി ചെയർമാൻ, സെൻട്രൽ ബോർഡ് ഓഫ് ഫിലിം സർട്ടിഫിക്കേഷൻ അംഗം, സംസ്ഥാന സിനിമാ അവാർഡ് കമ്മിറ്റി അംഗം എന്നീ നിലകളിൽ പ്രവർത്തിച്ചിട്ടുണ്ട്. ചലച്ചിത്ര അക്കാദമിയിൽ ജി സി അംഗമായിരുന്നു. ടി വി പ്രവർത്തകരുടെ സംഘടനയായ 'കോൺടാക്ടി'ന്റെ പ്രസിഡന്റ്. നിധിയുടെ കഥ, മാന്ത്രികന്റെ പ്രാവ്, മയൂരനൃത്തം, ദലമർമ്മരങ്ങൾ എന്നീ ചലച്ചിത്രങ്ങളും ഒരിടത്തൊരിക്കൽ, കഥാസംഗമം, ചമയം, പട്ടോലപ്പൊന്ന്, പ്രേയസി, താരാട്ട് തുടങ്ങിയ ടി വി സീരിയലുകളും നിരവധി ഡോക്യുമെന്ററികളും ടെലിഫിലിമുകളും സംവിധാനം ചെയ്തിട്ടുണ്ട്.

ഭാര്യ: ആശ

മക്കൾ: ശ്രുതി, യദു

ആമുഖം

മലയാളസിനിമയുടെ വളർച്ച ഒരേ ഗതിവേഗത്തിലല്ല. ഏറ്റക്കുറച്ചിലുകൾ ദൃശ്യമാകുന്ന ഒരു ചരിത്രമാണത്. സുവർണ്ണകാലങ്ങളും പൊല്ലാക്കാലങ്ങളും ഈ ചരിത്രത്തിലുണ്ട്. അതിനാൽ, ഒരുപിടി ചിത്രങ്ങൾ തെരഞ്ഞെടുക്കേണ്ടി വരുമ്പോൾ കൃത്യമായ കാലഗണനാക്രമം ദീക്ഷിക്കാൻ പ്രയാസമാണ്. കൃത്യമായും നാഴികക്കല്ലുകൾ എന്ന് അടയാളപ്പെടുത്താവുന്ന ചിത്രങ്ങൾ മാത്രമല്ല ഈ പട്ടികയിലുൾപ്പെടുന്നത്. ഒരു സംവിധായകന്റെ ഒന്നിലേറെ ചിത്രങ്ങൾ പാടില്ല എന്ന നിഷ്കർഷയാണതിന്റെ കാരണം. എന്നാൽ, അത്തരം സംവിധായകരെപ്പറ്റി പരാമർശമുണ്ടാവുമ്പോൾ അവരുടെ ഇതര ചിത്രങ്ങളെപ്പറ്റി പരാമർശിക്കാറുണ്ട്.

ഇത്തരം തെരഞ്ഞെടുപ്പുകളിൽ അനിവാര്യമായും തിരഞ്ഞെടുക്കുന്നയാളിന്റെ രുചിഭേദങ്ങളും ഇഷ്ടാനിഷ്ടങ്ങളും സ്വാധീനം ചെലുത്തുമല്ലോ. എങ്കിൽപ്പോലും ഇതിലുൾപ്പെടുത്തിയിരിക്കുന്ന ബഹുഭൂരിപക്ഷം ചിത്രങ്ങളുടേയും പ്രസക്തി ചോദ്യം ചെയ്യപ്പെടുകയില്ലെന്നുതന്നെ ഞാൻ കരുതുന്നു.

സാമാന്യ വായനക്കാരെ ലക്ഷ്യമാക്കി സംവിധാനം ചെയ്തിരിക്കുന്ന ഒരു പരമ്പരയുടെ ഭാഗമാണിപ്പുസ്തകം എന്ന ബോധത്തോടെയാണ് ഞാനിതു രചിച്ചിട്ടുള്ളത്. ഇങ്ങനെയൊരു ഗ്രന്ഥപരമ്പരയ്ക്ക് രൂപകൽപ്പന നൽകിയ ചിന്ത പബ്ലിഷേഴ്സിനെ അഭിനന്ദിക്കുന്നതോടൊപ്പം ഈ സാർഥകയജ്ഞത്തിൽ എനിക്കുമൊരു പങ്കാളിത്തം നൽകിയതിന് നന്ദി രേഖപ്പെടുത്തുകയും ചെയ്യുന്നു.

വിജയകൃഷ്ണൻ

ചരിത്രത്തിലൂടെ

ആയിരത്തി എണ്ണൂറ്റി തൊണ്ണൂറ്റി അഞ്ച് ഡിസംബർ 28–ന് ലോകത്തിലെ ആദ്യത്തെ ചലച്ചിത്രപ്രദർശനം നടന്നതുതൊട്ട് മൂന്നുപതിറ്റാണ്ട് നിശ്ശബ്ദസിനിമയുടെ കാലമായിരുന്നു. 1927–ൽ *ജാസ് സിംഗർ* പുറത്തുവന്നതോടെ സിനിമയിൽ ശബ്ദം കടന്നുവന്നു. അപ്പോഴും മലയാളത്തിൽ സിനിമകളൊന്നും നിർമ്മിക്കപ്പെട്ടിരുന്നില്ല. 1928–ലാണ് ആദ്യത്തെ മലയാളസിനിമയായ *വിഗതകുമാരൻ* പുറത്തുവരുന്നത്. ഇതൊരു നിശ്ശബ്ദചിത്രമായിരുന്നു. അഗസ്തീശ്വരംകാരനായ ജെ സി ദാനിയേലാണ് ഈ ചിത്രത്തിന്റെ നിർമ്മാതാവ്. നിർമ്മാതാവ് മാത്രമല്ല, തിരക്കഥാകൃത്തും അഭിനേതാവും സംവിധായകനും അദ്ദേഹം തന്നെ. അച്ഛനമ്മമാരിൽനിന്ന് വേർപെട്ട ഒരു ബാലന്റെ കഥയാണ് ദാനിയേൽ നെയ്തെടുത്ത *വിഗതകുമാരന്റെ* പ്രമേയം. ചിത്രത്തിന്റെ സാമ്പത്തികപരാജയത്തെത്തുടർന്ന് ദാനിയേൽ സിനിമാരംഗം വിട്ടുപോയി.

1932–ൽ ഇന്ത്യൻസിനിമയിലേക്കും ശബ്ദം കടന്നുവന്നു. അക്കൊല്ലമാണ് മലയാളത്തിലെ രണ്ടാമത്തെ ചിത്രം പുറത്തിറങ്ങിയത്. പ്രമുഖ മലയാളനോവലിസ്റ്റായ സി വി രാമൻപിള്ളയുടെ *മാർത്താണ്ഡവർമ്മ*യെ അവലംബിച്ചു നിർമ്മിക്കപ്പെട്ട ചിത്രമാണിത്. *മാർത്താണ്ഡവർമ്മ* എന്നുതന്നെയാണ് ചിത്രത്തിന്റെയും പേര്. നാഗർകോവിൽകാരനായ സുന്ദർരാജാണ് ഇതിന്റെ നിർമ്മാതാവ് (അഗസ്തീശ്വരവും നാഗർകോവിലുമൊക്കെ ഇന്ന് തമിഴ്നാടിന്റെ ഭാഗമാണെങ്കിലും അക്കാലത്ത് തിരുവിതാംകൂറിൽ ഉൾപ്പെട്ടിരുന്ന സ്ഥലങ്ങളാണെന്നോർക്കുക). മലയാളസിനിമയ്ക്ക് സാഹിത്യവുമായുള്ള ഗാഢബന്ധം ഈ രണ്ടാംചിത്രത്തിൽനിന്നുതന്നെ തുടങ്ങുന്നു. പ്രശസ്തമായ നോവലിന്റെ ചലച്ചിത്രാവിഷ്കരണമെന്ന നിലയിൽ *മാർത്താണ്ഡവർമ്മ* ജനശ്രദ്ധയാകർഷിച്ചു. തീയേറ്ററിൽ തടിച്ചുകൂടിയ ജനക്കൂട്ടം വിജയപ്രതീക്ഷയുണർത്തി. എന്നാൽ, നോവലിന്റെ പ്രസാധകരിൽനിന്നും ചലച്ചിത്രാവകാശം വാങ്ങാതിരുന്നതിനാൽ അവർ പൊലീസുകാരെ അയച്ച് ചിത്രത്തിന്റെ പ്രിന്റ് പിടിച്ചെടുക്കുകയാണുണ്ടായത്. കേസിനൊന്നും നിൽക്കാതെ തകർന്ന ഹൃദയവുമായി സുന്ദർരാജ് തിരുവനന്തപുരത്തുനിന്നു വണ്ടികയറി.

1938–ലാണ് ആദ്യമായി മലയാളത്തിൽനിന്നൊരു ശബ്ദചിത്രം പുറത്തുവരുന്നത്. മലയാളത്തിലെ മൂന്നാമത്തെ ചിത്രം – *ബാലൻ.* സേലത്തെ മോഡേൺ തീയേറ്റേഴ്സിന്റെ ഉടമയായ ടി ആർ സുന്ദരമാണ് ഈ ചിത്രം നിർമ്മിച്ചത്. മുതുകുളം രാഘവൻപിള്ള തിരക്കഥ രചിച്ച *ബാലൻ*റെ സംവിധായകൻ എസ് നൊട്ടാണിയായിരുന്നു. കെ കെ അരൂർ നായകനായും കുമരകം കമലം നായികയായും പ്രത്യക്ഷപ്പെട്ട ഈ ചിത്രത്തിലെ ഇതര നടീനടന്മാരിൽ ആലപ്പി വിൻസന്റ്, കെ എൻ ലക്ഷ്മി, സി ഒ എൻ നമ്പ്യാർ എന്നിവരുൾപ്പെടുന്നു.

കേരളത്തിലെ ആദ്യത്തെ പൂർണ്ണതയുള്ള ഫിലിം സ്റ്റുഡിയോ 'ഉദയാ' 1949–ൽ സ്ഥാപിക്കപ്പെട്ടു. ആശങ്കകളിലൂടെയാണ് ഇക്കാലങ്ങളിൽ മലയാളസിനിമാരംഗം കടന്നുപൊയ്ക്കൊണ്ടിരുന്നത്. സാമാന്യവിജയങ്ങളും പരാജയങ്ങളുമായിരുന്നു സിനിമകൾ പലതും. ഒരു വ്യവസായമെന്ന നിലയിൽ സിനിമയ്ക്ക് എത്രത്തോളം മുന്നോട്ടുപോകാൻ കഴിയുമെന്നകാര്യം അനിശ്ചിതമായിരുന്നു. മലയാളത്തിൽ നിർമ്മിക്കപ്പെടുന്ന ഒരു സിനിമയ്ക്കു വമ്പിച്ച സാമ്പത്തികനേട്ടമുണ്ടാക്കാൻ കഴിയുമെന്നു തെളിയിച്ച ഒരു ചിത്രം 1951–ൽ പുറത്തുവന്നു. കെ & കെ പ്രൊഡക്ഷൻസിന്റെ *ജീവിതനൗക*യായിരുന്നു ചിത്രം. കെ വേമ്പു സംവിധാനംചെയ്ത ഈ ചിത്രത്തിൽ നായകനായിവന്ന തിക്കുറിശ്ശി സുകുമാരൻനായരാണ് മലയാളസിനിമയിലെ ആദ്യത്തെ താരം.

*ജീവിതനൗക*യുടെ വിജയഫോർമുലകളാണ് പിന്നീടങ്ങോട്ട് മലയാളസിനിമയെ നയിച്ചത്. കലാപരമായ അനുഭവങ്ങളിലേക്കു നയിക്കാനല്ല പൊടിപ്പും തൊങ്ങലുംവച്ച് കഥ പറഞ്ഞുകേൾപ്പിക്കാനാണ് ഇക്കാലത്തെ ചലച്ചിത്രകാരന്മാർ ശ്രമിച്ചത്. ഇങ്ങനെ വളച്ചുകെട്ടിപ്പറയുന്ന കഥയിൽ നിറയെ കൃത്രിമത്വവും യുക്തിരാഹിത്യവുമായിരുന്നു. നിത്യനൂതനമായ ചില ജീവിതസത്യങ്ങൾ അവയിലുണ്ടായിരുന്നു എന്നതു നേരാണ്. സത്യത്തിന്റെ വിജയം, തിന്മയുടെ പരാജയം തുടങ്ങിയ ചിരന്തന ജീവിതയാഥാർത്ഥ്യങ്ങളിലൂടെ പ്രേക്ഷകസഹഭാവം നേടാനാണ് ഈ നിർമ്മാതാക്കൾ ശ്രമിച്ചത്. എന്നാൽ, അമിതമായ അതിശയോക്തികൊണ്ട് അത്തരം സന്ദർഭങ്ങൾ വിശ്വസനീയമാവാതെ പോയി. ഉത്സവപ്പറമ്പുകളിൽ പായുംചുരുട്ടി വന്നെത്തുന്ന പ്രേക്ഷകകുടുംബങ്ങളെപ്പോലെ തീയേറ്ററിൽ സകുടുംബം വന്നെത്തുന്ന പ്രേക്ഷകരെയാണ് ഈ ചലച്ചിത്ര നിർമ്മാതാക്കൾ പ്രതീക്ഷിച്ചിരുന്നത്.

ഈ കാർമേഘപാളികൾക്കിടയിൽ ചില രജതരേഖകൾ പ്രത്യക്ഷപ്പെടുന്നുണ്ട്. 1954–ൽ പ്രശസ്ത മലയാളസാഹിത്യകാരനായ ഉറൂബിന്റെ *നീലക്കുയിൽ* എന്നൊരു തിരക്കഥ ചലച്ചിത്രരൂപം കൈക്കൊണ്ടു എന്നതാണ് ഇതിൽ ഒന്നാമത്തെ സംഭവം. അന്നോളമുള്ള ഏതൊരു ചിത്രത്തേയുംകാൾ ജീവിതത്തോടടുത്തിരുന്നു *നീലക്കുയിൽ.*

*നീലക്കുയിലി*ന്റെ നിർമ്മാതാവായ ടി കെ പരീക്കുട്ടി അമ്പതുകളിലെയും അറുപതുകളിലെയും മലയാളസിനിമയിൽ ലക്ഷ്യബോധം

കൊണ്ടും കലാബോധംകൊണ്ടും അസദൃശനായി നിലകൊള്ളുന്നു. സാഹിത്യരംഗത്തും ചലച്ചിത്രരംഗത്തും അന്നുണ്ടായിരുന്ന ഏറ്റവും മികച്ച പ്രതിഭകളെ തന്റെ ചിത്രങ്ങളിൽ അണിനിരത്തുകയാണ് പരീക്കുട്ടി ചെയ്തത്. അദ്ദേഹത്തിന്റെ ചന്ദ്രതാര പ്രൊഡക്ഷൻസ് നിർമ്മിച്ച ഈ ആദ്യചിത്രത്തിൽത്തന്നെ തിരക്കഥാരചയിതാവായി ഉറൂബും ഛായാഗ്രാഹകനായി വിൻസന്റും സംവിധായകരായി രാമുകാര്യാട്ടും പി ഭാസ്കരനും രംഗപ്രവേശം നടത്തി. തുടർന്നുള്ള കാലങ്ങളിൽ ബഷീർ, പൊറ്റെക്കാട് തുടങ്ങിയവരുടെ കഥകൾ ചലച്ചിത്രത്തിലേക്കു പകർത്താനും വിൻസന്റിന് സംവിധായകപദവി നല്കാനും ഈ നിർമ്മാതാവ് തയ്യാറായി.

1955–ൽ ഏതാനും വിദ്യാർത്ഥികൾ ചേർന്ന് ഒരു സിനിമ നിർമ്മിക്കുകയുണ്ടായി. *ന്യൂസ്പേപ്പർ ബോയ്* എന്ന ഈ ചിത്രം മലയാളത്തിലെ ആദ്യത്തെ റിയലിസ്റ്റിക് സിനിമയായി അറിയപ്പെടുന്നു. അച്ഛനമ്മമാർ നഷ്ടപ്പെട്ട ഒരു കുട്ടി ജീവിക്കാൻവേണ്ടി നടത്തുന്ന പോരാട്ടമാണിതിൽ അവതരിപ്പിക്കുന്നത്. പി രാമദാസാണ് സംവിധായകൻ. തൊട്ടടുത്ത കൊല്ലം പുറത്തുവന്ന *രാരിച്ചൻ എന്ന പൗരൻ*നും (പി ഭാസ്കരൻ) ശ്രദ്ധേയമായ കലാമേന്മ പുലർത്തി. ഗ്രാമജീവിതത്തിന്റെ ചില മിഴിവുറ്റ ചിത്രങ്ങൾ *നീലക്കുയിലെന്ന*പോലെ *രാരിച്ചൻ എന്ന പൗരനും* സമ്മാനിക്കുന്നുണ്ട്.

അറുപതുകളിലുണ്ടായ ഏറ്റവും വലിയ നേട്ടം *ചെമ്മീൻ* (1965) രാഷ്ട്രപതിയുടെ സ്വർണ്ണമെഡൽ നേടി എന്നതാണ്. ദക്ഷിണേന്ത്യയിൽ നിന്നൊരു ചിത്രം ആദ്യമായാണ് ഈ ബഹുമതി കരസ്ഥമാക്കുന്നത്. തകഴിയുടെ പ്രശസ്ത നോവലിനെ അവലംബമാക്കി രാമുകാര്യാട്ട് സംവിധാനം ചെയ്ത ചിത്രമാണിത്. സാഹിത്യകൃതികളെ ആധാരമാക്കി പ്രശസ്തങ്ങളായ നിരവധി ചിത്രങ്ങൾ പുറത്തുവന്ന ദശകമാണിത്. കെ എസ് സേതുമാധവന്റെ *ഓടയിൽ നിന്ന്* (കേശവദേവ്), *അരനാഴികനേരം* (പാറപ്പുറത്ത്), വിൻസന്റിന്റെ *ഭാർഗവീനിലയം* (ബഷീർ), പി ഭാസ്കരന്റെ *ഇരുട്ടിന്റെ ആത്മാവ്* (എം ടി) എന്നിവ ഈ നിരയിൽ ഉയർന്നുനിൽക്കുന്നു.

പൂർണ്ണമായും ചലച്ചിത്രഭാഷയിൽ സംവേദനം നിർവ്വഹിക്കുന്ന ഒരു ചിത്രം അറുപതുകളുടെ അവസാനത്തിൽ പുറത്തുവന്നു. ചലച്ചിത്രഭാഷയുടെ പൂർണ്ണത മലയാളിക്ക് ബോദ്ധ്യപ്പെടുത്തിക്കൊടുത്ത ആദ്യചിത്രമാണിത്. 1970–ൽ പുറത്തിറങ്ങിയ പി എൻ മേനോന്റെ *ഓളവും തീരവു*മാണിച്ചിത്രം. പി എ ബക്കർ നിർമ്മിച്ച ഈ ചിത്രം മലയാളസിനിമയുടെ രണ്ടു കാലഘട്ടങ്ങളെ തമ്മിൽ ബന്ധിപ്പിക്കുന്ന പാലമാകുന്നു.

അറുപതുകൾ ഒന്നാമതായി എഴുത്തുകാരുടെ കാലഘട്ടമായിരുന്നു. രണ്ടാമതായി അത് അഭിനേതാക്കളുടെ കാലഘട്ടമായിരുന്നു. കൊട്ടാരക്കര ശ്രീധരൻനായർ, സത്യൻ, പി ജെ ആന്റണി, എസ് പി പിള്ള, മധു തുടങ്ങിയ നടന്മാരും ശാരദ, ഷീല തുടങ്ങിയ നടിമാരും വ്യക്തിത്വമാർന്ന നിരവധി കഥാപാത്രങ്ങളെ വെള്ളിത്തിരയിൽ സചേതനമാക്കി. മലയാളഭാഷയിലെ ശുഷ്കമായ ഒരു ശാഖയായിരുന്നു ഗാനം. ഗാനശാഖ ജനജീവിതത്തെ സ്പർശിക്കാനാരംഭിച്ചത് സിനിമയിലൂടെ ഗാനങ്ങൾ

പ്രചാരം നേടിയതോടെയാണ്. വയലാർ, പി ഭാസ്കരൻ, ഒ എൻ വി, ശ്രീകുമാരൻ തമ്പി തുടങ്ങിയ ഗാനരചയിതാക്കളും ദേവരാജൻ, ബാബുരാജ്, കെ രാഘവൻ, ദക്ഷിണാമൂർത്തി തുടങ്ങിയ സംഗീതസംവിധായകരും മലയാള ഗാനശാഖയിൽ വസന്തം സൃഷ്ടിച്ചു.

എഴുപതുകളുടെ ആരംഭം ഇന്ത്യൻസിനിമയിൽ നവതരംഗത്തിന്റെ ആഗമനം കുറിച്ചു. മലയാളത്തിലുമുണ്ടായി അതിന്റെ അനുരണനങ്ങൾ. അടൂർ ഗോപാലകൃഷ്ണന്റെ *സ്വയംവരം* (1972) ഒരു വഴിത്തിരിവ് കുറിച്ചു. തുടർന്ന് *നിർമ്മാല്യം* (എം ടി വാസുദേവൻനായർ), *ഉത്തരായണം* (അരവിന്ദൻ), *സ്വപ്നാടനം* (കെ ജി ജോർജ്), *അതിഥി* (കെ പി കുമാരൻ), *കബനീനദി ചുവന്നപ്പോൾ* (പി എ ബക്കർ) എന്നീ ചിത്രങ്ങൾ മലയാളത്തിലെ നവസിനിമയ്ക്ക് കരുത്തുപകർന്നു. ഇക്കാലയളവിൽത്തന്നെ ജോൺ ഏബ്രഹാം സംവിധാനം ചെയ്ത ആദ്യചിത്രം ശ്രദ്ധിക്കപ്പെട്ടില്ലെങ്കിലും *അഗ്രഹാരത്തിലെ കഴുത* എന്ന തമിഴ്ചിത്രത്തിലൂടെ അദ്ദേഹം പ്രശസ്തിയാർജ്ജിച്ചു. തുടർന്നുള്ള അദ്ദേഹത്തിന്റെ ചലച്ചിത്രപ്രവർത്തനങ്ങൾ മലയാളത്തിൽത്തന്നെയാണുണ്ടായത്.

എഴുപതുകളിൽ നിന്ന് എൺപതുകളിലേക്കു കടക്കുമ്പോൾ കറുപ്പും വെളുപ്പും, വർണ്ണത്തിനു വഴിമാറി. സിനിമാസ്കോപ്പുപോലെ പുതിയ സാങ്കേതികവികാസങ്ങളുണ്ടായി. മുതൽമുടക്കിലുണ്ടായ വൻവർദ്ധന കലാപരമായ സിനിമകളുടെ വഴിമുടക്കി. മുതൽമുടക്കിലെ വർദ്ധന തന്നെയാണ് താരസങ്കല്പത്തിനു തഴച്ചുവളരാൻ അടിത്തറയൊരുക്കിയതും. രാഘവൻ, സുധീർ, വിൻസന്റ് എന്നിവരുടെ ബ്ലാക് ആന്റ് വൈറ്റ് ഘട്ടത്തിൽനിന്ന് ജയൻ എന്ന നായകനിലേക്കുള്ള മാറ്റം വർണ്ണപ്പൊലിമയുടേതാണ്. സുകുമാരൻ, എം ജി സോമൻ, രതീഷ് എന്നിവരിൽനിന്ന് മമ്മൂട്ടിയിലേക്കും മോഹൻലാലിലേക്കുമുള്ള മാറ്റത്തിന് അസാമാന്യമായ ചടുലതയുണ്ട്.

പദ്മരാജന്റെയും ഭരതന്റെയും ചിത്രങ്ങൾ എൺപതുകളിലെ മലയാളസിനിമയ്ക്ക് ശോഭ പകർന്നു. കലാപരത പുലർത്തുന്നതോടൊപ്പം ജനപ്രിയതയാർജ്ജിക്കാനും ഇവരുടെ ചിത്രങ്ങൾക്കു കഴിഞ്ഞു. നിർമ്മാണച്ചെലവിലെ വർദ്ധനവുമൂലം പരീക്ഷണങ്ങൾക്ക് പിൻബലം നഷ്ടപ്പെട്ടെങ്കിലും കലാമേന്മയുള്ള ചലച്ചിത്രങ്ങൾ പലതുമുണ്ടായി. ടി വി ചന്ദ്രൻ, ഷാജി എൻ കരുൺ, പി ടി കുഞ്ഞുമുഹമ്മദ്, എം പി സുകുമാരൻനായർ തുടങ്ങിയവർ വിട്ടുവീഴ്ചയില്ലാതെ ചിത്രങ്ങളൊരുക്കി. കമൽ, സത്യൻ അന്തിക്കാട്, സിബി മലയിൽ തുടങ്ങിയവർ ജനപ്രീതിയിലൂന്നിനിന്നുകൊണ്ട് കലാഭംഗി ചോർന്നുപോകാത്ത സിനിമകൾ നിർമ്മിച്ചു. ജനപ്രിയതമാത്രം ഏകലക്ഷ്യമായിക്കണ്ട് നിർമ്മിക്കപ്പെട്ട ചിത്രങ്ങളായിരുന്നു ഏറെയും. ഇവയിൽ കുറച്ചു ചിത്രങ്ങൾ മാത്രമേ ലക്ഷ്യം നേടിയുള്ളൂ. വിജയം വരിച്ച ചിത്രങ്ങളിലൂടെയാണ് ഒരു വ്യവസായമെന്ന നിലയിൽ മലയാളസിനിമ മുന്നോട്ടു നീങ്ങിയത്.

1

ജീവിതനൗക

മലയാളസിനിമയ്ക്ക് ആത്മവിശ്വാസം പകർന്ന ഒരു ചിത്രമാണ് 1951–ൽ പുറത്തുവന്ന *ജീവിതനൗക.* അതുവരെ റിലീസ് ചെയ്ത മലയാളചിത്രങ്ങളിൽ ചിലതൊക്കെ സാമ്പത്തികവിജയം നേടിയിരുന്നുവെങ്കിലും ഹിന്ദി, തമിഴ് ചിത്രങ്ങൾ കൊയ്തെടുത്ത വൻവിജയത്തിന്റെ അടുത്തൊന്നുമെത്താൻ അവയ്ക്കു കഴിഞ്ഞിരുന്നില്ല. മലയാളത്തിൽ നിർമ്മിക്കപ്പെട്ട ഒരു ചിത്രത്തിനും വൻസാമ്പത്തികവിജയം നേടിയെടുക്കാൻ കഴിയുമെന്ന് തെളിയിച്ച ആദ്യചിത്രമാണ് *ജീവിതനൗക.*

കോശിയും കുഞ്ചാക്കോയും ചേർന്ന് കെ & കെ പ്രൊഡക്ഷൻസിന്റെ ബാനറിലാണ് *ജീവിതനൗക* നിർമ്മിച്ചത്. കെ വേമ്പുവാണ് ചിത്രത്തിന്റെ സംവിധായകൻ. *ജീവിതനൗക* വൻവിജയം നേടിയെങ്കിലും *അമ്മ* എന്ന ഒരു ചിത്രംകൂടി മാത്രമേ വേമ്പു മലയാളത്തിൽ സംവിധാനം ചെയ്തിട്ടുള്ളൂ. യഥാർത്ഥത്തിൽ, അന്നോളം പുറത്തുവന്ന മലയാളചിത്രങ്ങളുടെ കഥാവസ്തുക്കളിൽനിന്ന് കാര്യമായ വ്യത്യാസമൊന്നും *ജീവിതനൗക*യുടെ പ്രമേയത്തിനില്ല.

ദാരിദ്ര്യത്തിന്റെയും അനാഥത്വത്തിന്റെയും നടുവിൽ വളർന്ന ലക്ഷ്മിയും വിദ്യാസമ്പന്നനും നന്മനിറഞ്ഞവനുമായ സോമനും തമ്മിലുള്ള പ്രണയത്തിൽ നിന്നാണ് കഥയാരംഭിക്കുന്നത്. സോമന്റെ ജ്യേഷ്ഠൻ രാജു കുടിലനായ ഒരു മുതലാളിയുടെ ആശ്രിതനാണ്. രാജു

വിന്റെ ഭാര്യ ജാനു തന്റെ ബന്ധുവിന്റെ മകളെക്കൊണ്ട് സോമനെ കല്യാണം കഴിപ്പിക്കാൻ പരിപാടിയിടുന്നു. അവരുടെ ഇംഗിതം സാദ്ധ്യമാവാതെ വരുമ്പോൾ സോമനെ അവർ വീട്ടിൽനിന്നു പുറത്താക്കുന്നു. സോമൻ ലക്ഷ്മിയെ വിവാഹംകഴിച്ച് അവളുടെ വീട്ടിൽ താമസമുറപ്പിക്കുന്നു. ജോലിനേടാനുള്ള സോമന്റെ ശ്രമങ്ങളെല്ലാം പരാജയമടയുന്നു. അതിനിടെ അവർക്കൊരു കുട്ടി ജനിക്കുന്നു. അമ്മയും കുഞ്ഞും അനുഭവിക്കുന്ന ദാരിദ്ര്യദുഃഖം കണ്ടുനിൽക്കാനാവാതെ ഒരു ജോലി നേടിയ ശേഷം മാത്രമേ തിരിച്ചുവരൂ എന്ന് പ്രതിജ്ഞയെടുത്ത് നാടുവിട്ടു പോകുകയാണയാൾ. മറുനാട്ടിൽവച്ച് ഒരു കാറപകടത്തിൽപ്പെടുന്ന സോമനെ ആ കാറിന്റെ ഉടമസ്ഥർ പരിചരിക്കുകയും തങ്ങളുടെ എസ്റ്റേറ്റിൽ അയാൾക്ക് ജോലി നല്കുകയും ചെയ്യുന്നു. അശരണയായ ലക്ഷ്മി മുതലാളിയെകാണാൻ ചെല്ലുമ്പോൾ അയാളവളെ മാനഭംഗപ്പെടുത്താൻ ശ്രമിക്കുന്നു. അതിനു വഴിപ്പെടാതെ അവിടെനിന്നു രക്ഷപ്പെടുന്ന ലക്ഷ്മി തന്റെ കുടിലിലെത്തുമ്പോൾ കാണുന്നത് മുതലാളിയുടെ പ്രതികാരാഗ്നിയിൽ അത് വെന്തമരുന്നതാണ്. കുട്ടിയെയുമെടുത്ത് അവൾ നാടുവിടുന്നു.

സോമൻ താമസിക്കുന്നിടത്തും യാചകിയായ അവളെത്തുന്നു. ഏതാനും സ്ത്രീകളോടൊപ്പം സോമനെ കാണുന്ന ലക്ഷ്മി അയാളെ തെറ്റിദ്ധരിക്കുന്നു. അയാളെ സന്ധിക്കാൻ ശ്രമിക്കാതെ അവിടംവിട്ടുപോകുകയാണവൾ. ലക്ഷ്മിയുടെ യാചകകേന്ദ്രത്തിൽ ധനശേഖരണാർത്ഥം നടത്തുന്ന *മഗ്ദലനമറിയം* നാടകം കാണാൻ സോമനെത്തുന്നു. സോമന് ലക്ഷ്മിയെ തിരിച്ചറിയാനാവുന്നില്ലെങ്കിലും ഭർത്താവിന്റെയും പിതാവിന്റെയും കടമകളെക്കുറിച്ച് അതയാളെ ഓർമ്മപ്പെടുത്തുന്നു.

ഭാര്യയേയും കുട്ടിയേയും കാണാനായി നാട്ടിലെത്തുന്ന സോമൻ ലക്ഷ്മിയുടെ കദനകഥ മനസ്സിലാക്കുന്നു. ശങ്കുവും ജാനുവും മുതലാളിയിൽനിന്ന് പണാപഹരണം നടത്തി രക്ഷപ്പെടാൻ ശ്രമിക്കുമ്പോൾ മുതലാളിയുടെ വക്കീൽ തടയുന്നു. ശങ്കു വക്കീലിനെ കൊലപ്പെടുത്തുന്നു. കൊലയുടെ ഉത്തരവാദിത്വം സോമന്റെമേൽ വച്ചുകെട്ടുന്നുണ്ടെങ്കിലും സത്യം പുറത്തുവരികയും അയാൾ രക്ഷപ്പെടുകയും ചെയ്യുന്നു. ലക്ഷ്മിയേയും കുട്ടിയേയും അയാൾ കണ്ടെത്തുന്നു. ആഹ്ലാദവും സന്തോഷവും നിറഞ്ഞ ഒരു കുടുംബജീവിതം അവർ നയിക്കുന്നതിനിടയ്ക്ക് ഭർത്താവ് അപകടത്തിൽപ്പെട്ട് മരണമടഞ്ഞതിനെത്തുടർന്ന് യാചകിയായി മാറിയ ജാനു അവരുടെ വീട്ടുപടിക്കലെത്തുന്നു. ആ സ്ത്രീയുടെ ദുഷ്കൃത്യങ്ങളെല്ലാം ക്ഷമിച്ച് സോമനും ലക്ഷ്മിയും അവർക്ക് തങ്ങളുടെ വീട്ടിൽ അഭയം നല്കുന്നിടത്താണ് ചിത്രമവസാനിക്കുന്നത്.

അക്കാലഘട്ടത്തിലെ സിനിമകളുടെ കഥാഗതി മനസ്സിലാക്കുന്നതിനുവേണ്ടിയാണ് കഥാസാരം പൂർണ്ണമായും ഇവിടെ ചേർത്തത്. വളവും തിരിവും നിറഞ്ഞ ദീർഘമായ കഥ, അല്ലേ? ലോകസിനിമയിലെ ഉന്നത സൃഷ്ടികൾ തുടക്കംതൊട്ടേ പാലിച്ചുപോന്ന പ്രമേയപരമായ ഒതുക്കം

ഇന്ത്യൻ സിനിമയിൽ കണ്ടെത്താൻ പ്രയാസമാണ്. അക്കാലത്തെ മലയാളസിനിമകളിലെല്ലാം നീണ്ടുനീണ്ടുപോകുന്ന, അവിശ്വസനീയമായ കഥകളാണ് നാം കാണുക. ദുഷ്ടകഥാപാത്രങ്ങളെ കൊടുംക്രൂരന്മാരായും നായക കഥാപാത്രങ്ങളെ സൽഗുണസമ്പന്നന്മാരായുമാണ് അവതരിപ്പിക്കാറ്. കഥാസന്ധികളിൽ സ്വാഭാവികതയുണ്ടാവില്ല. കഥാശരീരത്തിനുള്ളിൽ ഒട്ടേറെ ഘടകങ്ങൾ കുത്തിനിറച്ചിട്ടുണ്ടാവും, പാട്ട്, ഡാൻസ്, സ്റ്റണ്ട്, ഹാസ്യം, നാടൻകലകൾ, അന്തർനാടകം, കഥാപ്രസംഗം ഇവയെല്ലാം ഒരു സിനിമയുടെ ശില്പത്തിനുള്ളിൽ ഉൾപ്പെടുത്തുന്നു.

വ്യത്യസ്താഭിരുചികളുള്ള പ്രേക്ഷകരെ മുഴുവൻ തീയറ്ററിലേക്കാകർഷിക്കുകയാണ് ഇത്തരത്തിൽ വിഭിന്നഘടകങ്ങൾ ഒരേ സിനിമയിൽ കുത്തിച്ചെലുത്തുന്നതിന്റെ ഉദ്ദേശ്യം. പലവിധ കലാപരിപാടികൾ കാണാനായി ഉത്സവപ്പറമ്പുകളിൽ തടിച്ചുകൂടുന്ന ജനസഞ്ചയത്തെയാണ് ഈ സിനിമകളുടെ പ്രേക്ഷകർ ഓർമ്മിപ്പിക്കുന്നത്. ദീർഘമായ ഒരു വിനോദോപാധി പ്രതീക്ഷിച്ചാണ് അവർ തീയേറ്ററുകളിലെത്തുന്നത്. വിഭിന്ന വിഭവങ്ങൾ നല്കി അവരെ തൃപ്തിപ്പെടുത്താനാണ് സിനിമാക്കാരുടെ ശ്രമം.

ഇത്തരത്തിൽ, അക്കാലത്തെ സിനിമകളുടെ എല്ലാ സ്വഭാവങ്ങളും ഉൾക്കൊണ്ട ചിത്രമാണ് *ജീവിതനൗക.* എന്നാൽ ആ ചിത്രങ്ങളെക്കാൾ മനുഷ്യമനസ്സുകളെ മഥിക്കാൻ *ജീവിതനൗക*യ്ക്കു കഴിഞ്ഞു. അതുതന്നെയാണ് ഈ ചിത്രത്തിന്റെ ഐതിഹാസിക വിജയത്തിന്റെ രഹസ്യം. തിരുവനന്തപുരം നഗരത്തിൽ മാത്രം 284 ദിവസമാണ് *ജീവിതനൗക* പ്രദർശിപ്പിച്ചത്. ഈ റെക്കോർഡ് മറികടക്കാൻ ഇന്നോളം മറ്റൊരു ചിത്രത്തിനും കഴിഞ്ഞിട്ടില്ല. മലയാളസിനിമയിൽ ആദ്യമായി ഒരു താരോദയമുണ്ടാകുന്നത് *ജീവിതനൗക*യിലാണ്. തിക്കുറിശ്ശി സുകുമാരൻനായരാണ് ഈ താരം. ഇന്നത്തെ സൂപ്പർതാരസങ്കല്പത്തിനൊപ്പം വരില്ലെങ്കിലും ആദ്യമായി ഒരു സൂപ്പർതാര പരിവേഷം ലഭിച്ച മലയാളനടൻ തിക്കുറിശ്ശി തന്നെ.

നീലക്കുയിൽ

2

ആയിരത്തിതൊള്ളായിരത്തിഅമ്പതുകൾ ഇന്ത്യൻ സിനിമയിൽ ഒരു വഴിത്തിരിവിന്റെ കാലഘട്ടമായിരുന്നു. ആ ദശകത്തിന്റെ ആദിയിൽ ഇന്ത്യയിൽ വച്ചുനടന്ന അന്തർദേശീയ ചലച്ചിത്രമേള ഇന്ത്യൻ സിനിമാ സംവിധായകർക്ക് പുതുവെളിച്ചം പകരാനുതകി. *പഥേർ പാഞ്ചാലി*യിലൂടെ ഇന്ത്യൻ സിനിമ ലോകത്തിന്റെ ശ്രദ്ധയിലേക്ക് കടന്നുചെന്നതും ഇക്കാലയളവിലത്രേ.

മലയാളസിനിമയും പരിവർത്തനത്തിന്റെ പാതയിലേക്കുള്ള പ്രയാണത്തിലായിരുന്നു. ആ പാതയിൽ ആദ്യം നാം കാണുന്നത് *നീലക്കുയിലി*നെയാണ്. മലയാളികളുടെ പ്രിയപ്പെട്ട എഴുത്തുകാരനായ ഉറൂബിന്റെ ഒരു കഥയാണ് *നീലക്കുയിലി*നവലംബം. പിൽക്കാലത്ത് മലയാളത്തിലെ ഒന്നാംനിരക്കാരായി മാറിയ പല കലാകാരന്മാരും തുടക്കം കുറിച്ചത് *നീലക്കുയിലി*ലായിരുന്നു. സംവിധായകരായ പി ഭാസ്കരൻ, രാമു കാര്യാട്ട് എന്നിവരുടെയും ഛായാഗ്രാഹകനായ വിൻസന്റിന്റെയും ആദ്യചിത്രമായിരുന്നു അത്.

ടി കെ പരീക്കുട്ടിയുടെ ചന്ദ്രതാര പ്രൊഡക്ഷൻസ് തങ്ങളുടെ കന്നിക്കാഴ്ചയായി അവതരിപ്പിച്ച ചിത്രമാണ് *നീലക്കുയിൽ*. മലയാളസിനിമയുടെ ഏറ്റവും പുരോഗമനസ്വഭാവമുള്ള നിർമ്മാതാവായിരുന്നു പരീക്കുട്ടി. *നീലക്കുയിൽ, രാരിച്ചൻ എന്ന പൗരൻ, നാടോടികൾ, മുടിയനായ പുത്രൻ,*

മൂടുപടം, തച്ചോളി ഒതേനൻ, ഭാർഗ്ഗവീനിലയം, കുഞ്ഞാലിമരയ്ക്കാർ, ആൽമരം എന്നിവയാണ് അദ്ദേഹം നിർമ്മിച്ച ചിത്രങ്ങൾ. ഇവയിൽ *നീലക്കുയിൽ* (1954), *മുടിയനായ പുത്രൻ* (1961), *തച്ചോളി ഒതേനൻ* (1964), *കുഞ്ഞാലിമരയ്ക്കാർ* (1967) എന്നിവ രാഷ്ട്രപതിയുടെ വെള്ളിമെഡലുകൾ നേടി. *നീലക്കുയിലി*നുമുമ്പ് ഒരു ചിത്രവും ഇത്രമേൽ കേരളീയത പുലർത്തിയിട്ടില്ല. ചിത്രത്തിന്റെ ഓരോ നിമിഷത്തിലും കേരളീയ ഗ്രാമാന്തരീക്ഷം തുടിച്ചുനിൽക്കുന്നു. നിത്യജീവിതത്തിൽ നാം കണ്ടുമുട്ടുന്ന കഥാപാത്രങ്ങൾ. കൃത്രിമമായ ജീവിതപരിതഃസ്ഥിതികൾ അവതരിപ്പിച്ചിരുന്ന അക്കാലചിത്രങ്ങളിൽ നിന്നു വ്യത്യസ്തമായി യാഥാർത്ഥ്യനിഷ്ഠമായ ജീവിതമുഹൂർത്തങ്ങളാണ് *നീലക്കുയിലി*ൽ നാം കാണുന്നത്.

അധഃസ്ഥിതയായ ഒരു നായികയെ അവതരിപ്പിക്കാനും ആ നായികയ്ക്ക് വരേണ്യവിഭാഗം നല്കിയ മുൾക്കിരീടം തുറന്നുകാട്ടാനും *നീലക്കുയിലി*ന്റെ ശില്പികൾ ധൈര്യം കാട്ടി. 1954-ന്റെ സാമൂഹികാന്തരീക്ഷത്തിൽ അസാധാരണമായ ഒരു ധീരത തന്നെയായിരുന്നു അത്. നീലി എന്ന നിഷ്കളങ്കയായ ദളിത് യുവതിയാണ് *നീലക്കുയിലി*ലെ നായിക. സഹൃദയനും സ്കൂളദ്ധ്യാപകനുമാണെങ്കിലും മാമൂലുകൾക്കപ്പുറം കടക്കാൻ ധൈര്യപ്പെടാത്ത ശ്രീധരൻനായർ അവളോട് ബന്ധപ്പെടാനിടയായത് കേവലം യാദൃച്ഛികതമൂലമായിരുന്നു. അവൾ ഗർഭിണിയാണെന്നറിഞ്ഞപ്പോൾ പകച്ച് പിന്മാറുകയാണയാൾ. നീലിയുടെ അഭിമാനിയായ പിതാവ് ഗർഭത്തിനുത്തരവാദി ആരെന്നറിയിക്കാൻ തയ്യാറാകാത്ത മകളെ വീട്ടിൽ നിന്നും പുറത്താക്കുന്നു. ഒരാൺകുട്ടിക്കു ജന്മം കൊടുത്ത നീലി പെരുവഴിയിൽ മരിച്ചുവീഴുന്നു. കൈക്കൊള്ളാനാരുമില്ലാത്ത, നീലിയുടെ അനാഥനായ മകനെ അവിവാഹിതനായ പോസ്റ്റ്മാൻ ശങ്കരൻ നായർ വളർത്തുന്നു. ശ്രീധരൻമാസ്റ്ററാവട്ടെ, ഒരു വലിയ നായർതറവാട്ടിലെ യുവതിയെ വിവാഹം കഴിക്കുന്നു. വർഷങ്ങൾ കഴിയുമ്പോൾ കുട്ടികളില്ലാത്ത ദുഃഖത്തിലുഴലുന്ന ആ ദമ്പതിമാരെ നാം കാണുന്നു.

പി ഭാസ്കരൻ

നീലിയിലുണ്ടായ സ്വന്തം പുത്രനെ കാണുമ്പോഴൊക്കെ കുറ്റബോധവും വേദനയും ശ്രീധരൻമാസ്റ്ററെ വേട്ടയാടുന്നു. ഒടുവിലയാൾ സത്യം മുഴുവൻ പോസ്റ്റ്മാൻ ശങ്കരൻ നായരോട് തുറന്നുപറയുകയും അയാളുടെ പക്കൽനിന്ന് സ്വന്തം പുത്രനെ ഏറ്റുവാങ്ങുകയും ചെയ്യുന്നു.

അമ്പതുകളിൽ ഇന്ത്യൻ സിനിമയിലുണ്ടായ പരിവർത്തനത്തെപ്പറ്റി സൂചിപ്പിച്ചുവല്ലോ. ഈ കാലയളവിൽ മലയാളസാഹിത്യത്തിലും ഒരു നവോത്ഥാനമുണ്ടായി. ഉന്നതകുലജാതരുടെ ആഹ്ലാദങ്ങളും കൊച്ചു ദുഃഖങ്ങളുമൊക്കെയാണ് അന്നോളം സാഹിത്യത്തിന് വിഷയമായി ത്തീർന്നിരുന്നത്. അധഃസ്ഥിതരുടെ ജീവിത പരിതോവസ്ഥകളും സാഹി ത്യത്തിന് വിഷയമാവേണ്ടതുണ്ടെന്ന് കുറേ സാഹിത്യകാരന്മാർ ശഠിച്ചു. ഇത്തരം കഥാപാത്രങ്ങളെ അണിനിരത്തി കേശവദേവ്, തകഴി, ബഷീർ തുടങ്ങിയവർ രചിച്ച കൃതികൾ കോളിളക്കം സൃഷ്ടിക്കുകയും അംഗീ കാരങ്ങൾ നേടിയെടുക്കുകയും ചെയ്തു. ഈ സാഹിത്യ സംസ്കാര ത്തിന്റെ ഒരു ഉപോൽപ്പന്നമാണ് ഉറൂബിന്റെ *നീലക്കുയിൽ* എന്ന തിരക്കഥ.

ഈ തിരക്കഥയുടെ ചലച്ചിത്രാവിഷ്കാരത്തിന് ഒട്ടേറെ മേന്മകൾ അവകാശപ്പെടാനുണ്ടായിരുന്നു - മലയാള ഗ്രാമാന്തരീക്ഷം സത്യസ ന്ധമായി അവതരിപ്പിക്കാൻ കഴിഞ്ഞു എന്നതുപോലെതന്നെ പ്രസക്ത മാണ് കഥാപാത്രങ്ങൾക്ക് വിശ്വസനീയത പകരാനായി എന്നതും. നടീ നടന്മാരെ കണ്ടെത്തുന്നതിലും അതിശയോക്തി കുറഞ്ഞ ഒരഭിനയ ശൈലി അവരിൽനിന്ന് പിടിച്ചെടുക്കുന്നതിലും സംവിധായകർ വിജയി ച്ചു. മേന്മയുള്ള ഛായാഗ്രഹണം അവർക്ക് പിൻബലമേകി. കുറേയൊക്കെ വാതിൽപ്പുറങ്ങളിൽ വച്ചു ചിത്രീകരിക്കാൻ അവർക്കു കഴിഞ്ഞു. ഒപ്പം സ്റ്റുഡിയോയ്ക്കുള്ളിൽവച്ചു ചിത്രീകരിക്കുമ്പോഴും കേരളീയതയുടെ സാന്നിദ്ധ്യം നിലനിർത്തി. ഹിന്ദി ഗാനങ്ങളെ അനുകരിച്ചിരുന്ന മലയാള ചലച്ചിത്രഗാനശാഖയ്ക്ക് തനതായ പാത വെട്ടിത്തെളിയിച്ചു. നാടോടി ഗാനങ്ങളുടെ ചാരുത ഗാനങ്ങൾക്ക് പകർന്നേകാൻ സംഗീതസംവിധാ യകനായ കെ രാഘവൻ കണിശത കാട്ടി. എല്ലാ നിലയ്ക്കും മലയാ ളിക്ക് അഭിമാനിക്കാവുന്ന ഒരു ചിത്രം ഒരുക്കിയെടുത്ത *നീലക്കുയിലി*ന്റെ ശില്പികളെത്തേടി കേന്ദ്രസർക്കാരിന്റെ ആദ്യത്തെ വെള്ളിമെഡലെത്തി.

മലയാള സിനിമാചരിത്രത്തിലെ ഒരു നാഴികക്കല്ലായി മാറി *നീല ക്കുയിൽ.*

ന്യൂസ്പേപ്പർ ബോയ്

3

***നീ**ലക്കുയിൽ* പുറത്തിറങ്ങിയതിന്റെ തൊട്ടടുത്ത വർഷം തന്നെ മറ്റൊരു വ്യത്യസ്തചിത്രം മലയാളത്തിൽ ആവിർഭവിച്ചു. അതാണ് *ന്യൂസ്പേപ്പർ ബോയ്* (1955). ബംഗാളിയിൽ സത്യജിത് റായിയുടെ *പഥേർ പാഞ്ചാലി* പുറത്തിറങ്ങിയ അതേവർഷം തന്നെയാണ് *ന്യൂസ്പേപ്പർ ബോയി* യുടെ പിറവി.

*പഥേർ പാഞ്ചാലി*യുമായി, അല്ലെങ്കിൽ അപുത്രയവുമായി ചില സാദൃശ്യങ്ങളൊക്കെയുണ്ട് *ന്യൂസ്പേപ്പർ ബോയിക്ക്*. രണ്ടിടത്തും കഥാനായകൻ ബാലനാണ്. പേരും ഒന്നുതന്നെ – അപ്പു. അപുത്രയത്തിലെ അപ്പുവും *ന്യൂസ്പേപ്പർ ബോയി*യിലെ അപ്പുവും വ്യത്യസ്തഘട്ടങ്ങളിലെങ്കിലും അച്ഛനമ്മമാർ നഷ്ടപ്പെട്ടവരാണ്. രണ്ടു ചിത്രങ്ങളിലെയും പ്രധാന പ്രതിപാദ്യം ദാരിദ്ര്യവും അതു വരുത്തിക്കൂട്ടുന്ന കഷ്ടാനുഭവങ്ങളുമാണ്.

ന്യൂസ്പേപ്പർ ബോയ് ഒരുകൂട്ടം വിദ്യാർത്ഥികളുടെ സൃഷ്ടിയായിരുന്നു. അതിന്റെ സംവിധായകനായ പി രാമദാസിന് അത് പുറത്തിറക്കുന്ന കാലത്ത് ഇരുപത്തിരണ്ടു വയസ്സായിരുന്നു പ്രായം. തൃശൂരിലെ മഹാത്മാ മെമ്മോറിയൽ അസോസിയേഷന്റെ കലാവിഭാഗമായ ആദർശ കലാമന്ദിറായിരുന്നു ചിത്രം നിർമ്മിച്ചത്. രാമദാസിന് പ്രചോദനം നല്കി

യത് അക്കാലത്ത് ഇന്ത്യൻ ചലച്ചിത്രകാരന്മാരുടെ കൂട്ടത്തിൽ ഏറ്റവും പ്രമുഖനായിരുന്ന വി ശാന്താറാമിന്റെ ചിത്രങ്ങളാണ്. ശാന്താറാം ചിത്രങ്ങൾ കാണുന്നതോടൊപ്പം സിനിമയെപ്പറ്റിയുള്ള ഇംഗ്ലീഷ്പുസ്തകങ്ങൾ വായിക്കുകയും ചെയ്തിരുന്നു അദ്ദേഹം. ചെറുകഥകളും നാടകങ്ങളുമെഴുതാറുണ്ടായിരുന്ന അദ്ദേഹം 1952-ൽ 8 മില്ലീമീറ്ററിൽ ഇംഗ്ലീഷിൽ രണ്ടു ഹ്രസ്വചിത്രങ്ങളും നിർമ്മിച്ചു. *തിരമാല* എന്ന ചിത്രത്തിന്റെ ഷൂട്ടിംഗ് കണ്ടുനിന്നതിന്റെ പ്രായോഗികപരിജ്ഞാനം മാത്രമേ അദ്ദേഹത്തിനുണ്ടായിരുന്നുള്ളൂ. *കമ്പോസിറ്റർ* എന്ന സ്വന്തം ചെറുകഥയെ അവലംബിച്ചാണ് *ന്യൂസ്പേപ്പർ ബോയി*യുടെ തിരക്കഥ അദ്ദേഹം രചിച്ചത്. നാഗവള്ളി സംഭാഷണം രചിച്ചു. തിരുവനന്തപുരത്തുവച്ചാണ് ചിത്രം നിർമ്മിക്കപ്പെട്ടത്. മെരിലാൻഡ് സ്റ്റുഡിയോയിൽ വച്ചാണ് അധികപങ്കും ഷൂട്ടിംഗ് നടന്നത്. നെയ്യാറ്റിൻകര കോമളവും അടൂർ പങ്കജവും മാത്രമായിരുന്നു *ന്യൂസ്പേപ്പർ ബോയി*യിലെ അറിയപ്പെടുന്ന അഭിനേതാക്കൾ. മാസ്റ്റർ മോനി നായകകഥാപാത്രത്തെ അവതരിപ്പിച്ചു. ബേബി ഉഷ, നാഗവള്ളി, നരേന്ദ്രൻ, പി കെ വീരരാഘവൻ നായർ (വീരൻ), പി ഗംഗ, കുരിയാത്തി നീലകണ്ഠപ്പിള്ള, ചാന്ദ്നി തുടങ്ങിയവരായിരുന്നു മറ്റഭിനേതാക്കൾ. പി കെ മാധവൻ നായർ ഛായാഗ്രഹണം നിർവ്വഹിച്ചു.

ഫ്ളാഷ്ബാക്കിലൂടെയാണ് കഥ അവതരിപ്പിക്കപ്പെടുന്നത്. നഗരത്തിൽ പത്രം വിറ്റുനടക്കുന്ന അപ്പുവിനെ നാമാദ്യം കാണുന്നു. തുടർന്ന് അവന്റെ കഥ അവതരിപ്പിക്കപ്പെടുന്നു. പ്രസ്സ് തൊഴിലാളിയായ ശങ്കരൻനായരുടെയും അയൽവീടുകളിൽ അടിച്ചുതളിക്കുപോകുന്ന കല്യാണിയുടെയും മകനാണ് അപ്പു. അവന് രണ്ടു കൂടപ്പിറപ്പുകളുമുണ്ട്. ശങ്കരൻനായരുടെ കൈ അച്ചടിയന്ത്രത്തിനടിയിൽപ്പെട്ട് ചതയുന്നു. ദാരിദ്ര്യംകൊണ്ട് ആ കുടുംബം നട്ടംതിരിയുന്നതിന്നിടെ ശങ്കരൻനായർക്ക് ക്ഷയരോഗവും പിടിപെടുന്നു. വേണ്ട ചികിത്സകൾ ലഭിക്കാതെ അയാൾ മരണമടയുന്നു. ഒരു കുടുംബത്തിന്റെ ഭാരം ശിരസ്സിലേക്കേറ്റുവാങ്ങിയ അപ്പു ഉപജീവനമാർഗ്ഗം തേടി മദ്രാസിലേക്കു പോകുന്നു. അവിടെയും പലതരത്തിലുള്ള തിരിച്ചടികൾ നേരിടേണ്ടിവരുന്ന അപ്പു ഒടുവിൽ നാട്ടിലേക്കുതന്നെ തിരിക്കുന്നു.

നാട്ടിലെത്തുമ്പോഴാണ് അമ്മയെയും തനിക്കു നഷ്ടപ്പെട്ടുവെന്ന് അവൻ മനസ്സിലാക്കുന്നത്. പറക്കമുറ്റാത്ത സഹോദരങ്ങളുടെ സംരക്ഷണഭാരം അവൻ ഏറ്റെടുക്കുന്നു. ജീവിക്കാനായി അവൻ ഒരു ന്യൂസ്പേപ്പർ വില്പനക്കാരനായി മാറുന്നു.

ന്യൂസ്പേപ്പർ ബോയ് അന്നുവരെ പുറത്തിറങ്ങിയ മലയാളചിത്രങ്ങളിൽ നിന്നും വളരെ വ്യത്യസ്തമായ ചില സവിശേഷതകൾ ഉൾക്കൊണ്ടിരുന്നു. സാധാരണ ചിത്രങ്ങളിലെ കഥാപാത്രഘടന ഇതിലില്ല. പ്രണയമഗ്നരായ ഒരു നായകനും നായികയും അവരനുഭവിക്കുന്ന വിഘ്നങ്ങളുമൊന്നും ഇതിലില്ല. വക്കീൽ ഗുമസ്തനെയും നല്ലവനായ അയൽക്കാരനെയും പോലെ ചില കഥാപാത്രങ്ങളെ ഒഴിവാക്കിയാൽ ടൈപ്പ്

കഥാപാത്രങ്ങളെ ഇതിൽ കാണുകയില്ല. എങ്കിലും ഘടനയിൽ അക്കാലത്തെ പോപ്പുലർ ചിത്രങ്ങളുടെ വഴിയേതന്നെയാണ് *ന്യൂസ്പേപ്പർ ബോയി*യും പോകുന്നത്. കഥാനായകൻ വീടുവിട്ടുപോകുന്നതും മറുനാട്ടിൽ അലഞ്ഞുതിരിയുന്നതും കുടുംബവുമായുള്ള കണ്ണികൾ വിട്ടുപോകുന്നതുമൊക്കെ *ജീവിതനൗക* ഉൾപ്പെടെയുള്ള ചിത്രങ്ങളുടെ കഥാഘടനയെ ഓർമ്മിപ്പിക്കുന്നു. സംഭാഷണത്തിന്റെ അച്ചടിശൈലിയും പാട്ടുകളുടെ ആധിക്യവും അന്നത്തെ സമ്പ്രദായത്തിനനുസരിച്ചുള്ളവതന്നെയായിരുന്നു. വാതിൽപ്പുറങ്ങൾ ധാരാളമായി ഉപയോഗിച്ചിട്ടുണ്ടെങ്കിലും സ്റ്റുഡിയോ സെറ്റുകൾക്കകത്ത് തിരശ്ശീലയിൽ വരച്ചുവച്ച വീടും മരങ്ങളുമൊക്കെ ഈ ചിത്രത്തിലും കാണാം.

ഇങ്ങനെ ദോഷങ്ങൾ ചിലതൊക്കെ ചൂണ്ടിക്കാട്ടാമെങ്കിലും *ന്യൂസ്പേപ്പർ ബോയ്* മലയാള സിനിമാചരിത്രത്തിലെ ഒരു നാഴികക്കല്ലാണെന്ന യാഥാർത്ഥ്യത്തെ ആർക്കുംതന്നെ നിഷേധിക്കാനാവില്ല.

ഭാർഗ്ഗവീനിലയം

4

അനുവാചകരെ ജിജ്ഞാസയുടെ മുൾമുനയിൽ നിർത്താൻ ശ്രമിച്ച എഴുത്തുകാർ സാഹിത്യത്തിന്റെ ആരംഭകാലം തൊട്ടേ ഉണ്ടായിരുന്നു. കുറ്റകഥകളിലും പ്രേതകഥകളിലുമാണ് ജിജ്ഞാസയ്ക്കുള്ള അവസരങ്ങൾ കൂടുതലുണ്ടാവുക. കുറ്റകഥ യുക്തിയുടെ വിജയമാണവതരിപ്പിക്കുന്നത്. പ്രേതകഥയിലാണെങ്കിൽ യുക്തിക്ക് യാതൊരു സ്ഥാനവുമില്ല. അങ്ങനെ വിശ്വസനീയതയില്ലാത്ത ഒരു സാഹിത്യശാഖയായതുകൊണ്ട് പ്രതിഭാധനരായ എഴുത്തുകാർ പലരും പ്രേതകഥകളിൽനിന്ന് മുഖംതിരിച്ചുനിന്നു. എന്നാൽ പ്രേതകഥകളിലൂടെ ജീവിതയാഥാർത്ഥ്യങ്ങൾ പ്രതീകാത്മകമായി ആവിഷ്കരിക്കാൻ കഴിയുമെന്ന് കരുതിയവരുണ്ട്. അസാധാരണമായ സൗന്ദര്യാവിഷ്കരണത്തിന് പ്രേതങ്ങളെ നിമിത്തമാക്കാമെന്നു ചിന്തിച്ചവരുമുണ്ട്. സാഹിത്യത്തിലെന്നപോലെ സിനിമയിലും തുടക്കംതൊട്ടേ പ്രേതങ്ങളുടെ സാന്നിധ്യം നമുക്കു കാണാൻ കഴിയും. നിശ്ശബ്ദസിനിമയുടെ കാലത്ത് ജർമ്മൻസിനിമ പ്രശസ്തിയാർജ്ജിച്ചതുതന്നെ ഇത്തരം പ്രേതകഥകളുടെ ആവിഷ്കരണങ്ങൾ കൊണ്ടാണ്.

മലയാളസിനിമയിൽ ആദ്യമായി ഒരു പ്രേതകഥ പുറത്തുവരുന്നത് 1964–ലാണ്. *ഭാർഗ്ഗവീനിലയം* എന്ന ചിത്രമാണത്. എന്നാലത് സിനിമയ്ക്കുവേണ്ടി എഴുതപ്പെട്ട ഒരു കഥയല്ല. മലയാളത്തിലെ പ്രശസ്തനായ

എഴുത്തുകാരൻ വൈക്കം മുഹമ്മദ് ബഷീറിന്റെ പ്രശസ്തമായ ഒരു ചെറുകഥയുടെ ചലച്ചിത്രാവിഷ്കരണമാണ്.

നീലവെളിച്ചം എന്നാണ് ചെറുകഥയുടെ പേര്. അനുഭവാഖ്യാനമെന്ന മട്ടിലാണ് അതെഴുതപ്പെട്ടിട്ടുള്ളത്. എഴുതാനായി ബഷീർ വന്നു താമസിക്കുന്ന ഒരു വീട്ടിൽ പ്രേതസാന്നിദ്ധ്യമുണ്ടെന്ന് ആളുകൾ പറയുന്നു. അസാധാരണമായ ചില അനുഭവങ്ങൾ ബഷീറിനുണ്ടാവുന്നു. ആ അനുഭവങ്ങളിൽ നിന്നാണ് *നീലവെളിച്ചം* രൂപംകൊള്ളുന്നത്.

ഭാവസാന്ദ്രമായ ആ ചെറുകഥയിൽ നിന്ന് മനോഹരമായ ഒരു പ്രണയകഥ വളർത്തിയെടുക്കുകയാണ് തന്റെ തിരക്കഥയിലൂടെ ബഷീർ ചെയ്യുന്നത്. *നീലക്കുയില*ടക്കം അനേകം ഉത്തമചിത്രങ്ങൾ നിർമ്മിച്ച ചന്ദ്രതാരയാണ് *ഭാർഗവീനിലയം* നിർമ്മിച്ചിരിക്കുന്നത്. ഛായാഗ്രാഹകനായ വിൻസന്റിന്റെ ആദ്യ സംവിധാനസംരംഭമാണിത്.

കുറഞ്ഞ വാടകയ്ക്കൊരു വീടു കിട്ടിയപ്പോൾ സന്തോഷപൂർവ്വം അവിടെ താമസിക്കാനെത്തുന്ന സാഹിത്യകാരനാണ് ഈ കഥയിലെ കുറ്റാന്വേഷകൻ. പ്രേതബാധയെക്കുറിച്ചു പറഞ്ഞ് നാട്ടുകാർ അയാളെ പിന്തിരിപ്പിക്കാൻ ശ്രമിച്ചെങ്കിലും അയാളവിടെ താമസമാക്കുകയാണ്. പയ്യെപ്പയ്യെ, അപമൃത്യുവടഞ്ഞ ഭാർഗ്ഗവിയുടെ സാന്നിദ്ധ്യം അയാൾ അറിയാൻ തുടങ്ങുന്നു. എന്നാൽ, പ്രേതത്തോടുള്ള ഭയം അയാൾക്കശേഷമില്ല. സ്നേഹത്തോടും വാത്സല്യത്തോടും കൂടിയാണ് അയാൾ അദൃശ്യയായ പ്രേതത്തോടിടപെടുന്നത്. 'ഭാർഗ്ഗവിക്കുട്ടീ' എന്നാണയാളവളെ സംബോധന ചെയ്യുന്നത്. ഭാർഗ്ഗവിയുടെ മുറിയിൽനിന്നു കിട്ടിയ കത്തുകളിൽ നിന്നും കടലാസുകളിൽ നിന്നും അവളുടെ മരണം ഒരപമൃത്യു

വായിരുന്നില്ലെന്നും അതൊരു കൊലപാതകമാണെന്നും അയാൾ സംശയിക്കുന്നു. കിട്ടിയ തെളിവുകളും തന്റെ സങ്കല്പങ്ങളും ചേർത്ത് ഭാർഗ്ഗവിയുടെ കഥ അയാൾ മെനഞ്ഞെടുക്കുകയാണ്.

ചിത്രത്തിന്റെ പൂർവാർദ്ധം മുഴുവൻ സാഹിത്യകാരൻ എന്ന ഒരൊറ്റ കഥാപാത്രം നിറഞ്ഞുനിൽക്കുകയാണ്. സാഹിത്യകാരനായി വേഷമിട്ട മധുവിന്റെ ഏറ്റവും മികച്ച കഥാപാത്രങ്ങളിലൊന്നാണിത്.

സാഹിത്യകാരൻ താൻ സൃഷ്ടിച്ച ഭാർഗ്ഗവിയുടെ കഥ അവളെ വായിച്ചുകേൾപ്പിക്കുമ്പോൾ മറ്റൊരാൾകൂടി അത് ഒളിച്ചുനിന്നു കേൾക്കുന്നുണ്ടായിരുന്നു. ഭാർഗ്ഗവിയുടെയും ശശികുമാറിന്റെയും പ്രണയബന്ധത്തെ തകർത്ത നാണുക്കുട്ടനായിരുന്നു അത്. സാഹിത്യകാരൻ എഴുതുന്ന കഥ പുറത്തുവന്നാൽ തന്റെ ക്രൂരകൃത്യങ്ങൾ ലോകമറിയുമെന്നു ഭയന്ന അയാൾ സാഹിത്യകാരനെയും കൊലപ്പെടുത്താൻ ശ്രമിക്കുന്നു. ജീവാപായത്തിൽ നിന്ന് ഭാർഗ്ഗവിതന്നെ അയാളെ രക്ഷപ്പെടുത്തുന്നു.

ജിജ്ഞാസയുണർത്തുന്ന ഒരു പ്രേതകഥയെ മനോഹരമായ ഒരു പ്രണയകഥയായി പരിവർത്തനപ്പെടുത്തിയിരിക്കുകയാണ് ബഷീറും വിൻസന്റും. അന്നോളം പുറത്തുവന്ന മലയാളചിത്രങ്ങളിൽ നിന്ന് വ്യത്യസ്തമായ ഒരാവിഷ്കരണശൈലിയാണ് *ഭാർഗ്ഗവീനിലയ*ത്തിൽ പ്രയോഗിക്കപ്പെട്ടത്. പാട്ടുകൾ സിനിമയുടെ അവിഭാജ്യഘടകമായിരുന്ന ആ കാലഘട്ടത്തിൽ ഹൃദയഹാരിയായ ഗാനങ്ങൾകൊണ്ടും ഈ ചിത്രം ആസ്വാദകരെ ആകർഷിച്ചു. ഏറ്റവും മികച്ച ഭാവഗാനങ്ങളുടെ രചയിതാവായ പി ഭാസ്കരൻ എഴുതിയ ഗാനങ്ങൾക്ക് ഈണം പകർന്നത് ബാബുരാജാണ്. കമുകറ പുരുഷോത്തമൻ പാടിയ *ഏകാന്തതയുടെ അപാരതീരം* യേശുദാസ് പാടിയ *താമസമെന്തേ വരുവാൻ* എസ് ജാനകി പാടിയ *പൊട്ടാത്ത പൊന്നിൻ കിനാവുകൊണ്ടൊരു* തുടങ്ങിയ ഗാനങ്ങൾ ഇന്നും മലയാളികൾക്കു പ്രിയങ്കരങ്ങളാണ്. ഭാർഗ്ഗവിയായി വിജയനിർമ്മലയും ശശികുമാറായി പ്രേംനസീറും നാണുക്കുട്ടനായി പി ജെ ആന്റണിയും വേഷമിട്ടു.

മന്ദഗതിയിൽ നീങ്ങിയ മലയാളസിനിമാവികാസത്തിൽ വൈവിദ്ധ്യത്തിന്റെ ഒരു നാഴികക്കല്ലായി *ഭാർഗവീനിലയ*ത്തെ വിലയിരുത്താം.

ചെമ്മീൻ

5

മലയാളസിനിമാചരിത്രത്തിൽ അസാധാരണമായ വിജയം രേഖപ്പെടുത്തിയ ചിത്രമാണ് *ചെമ്മീൻ* (1965). ദക്ഷിണേന്ത്യയിൽ നിന്ന് ആദ്യമായി രാഷ്ട്രപതിയുടെ സ്വർണ്ണമെഡൽ നേടിയെടുത്തു എന്നതാണ് *ചെമ്മീനി*ന്റെ ചരിത്രപ്രാധാന്യം. മറ്റൊരു ചിത്രവും ഇത്രമേൽ വിജയം ആഘോഷിച്ചിട്ടില്ല. *ചെമ്മീനെ* മലയാളികളുടെ അഭിമാനമാക്കി മാറ്റുന്നതിൽ അതിന്റെ നിർമ്മാതാക്കൾ വിജയം വരിച്ചു.

മലയാളത്തിലെ മൂന്നാമത്തെ വർണ്ണചിത്രമാണ് *ചെമ്മീൻ.* പ്രശസ്തിയും ബഹുമതികളും നേടിയ തകഴി ശിവശങ്കരപ്പിള്ളയുടെ പ്രമുഖനോവലിന്റെ ചലച്ചിത്രാവിഷ്കരണം. കൺമണി ഫിലിംസിന്റെ ബാനറിൽ രാമു കാര്യാട്ടാണ് സംവിധാനം ചെയ്തത്. *നീലക്കുയിലി*ലൂടെ രംഗപ്രവശം ചെയ്ത കാര്യാട്ട് തുടർന്നു സംവിധാനം ചെയ്ത ചിത്രങ്ങളിൽ *മുടിയനായ പുത്ര*നും *മൂടുപട*വും സഹൃദയശ്രദ്ധ നേടിയിരുന്നു. *ചെമ്മീനി*ലൂടെ അസാധാരണമായ സംഘാടനപാടവമാണ് കാര്യാട്ട് പ്രദർശിപ്പിച്ചത്.

സംവിധായകന്റെ കർമ്മത്തിൽ ഏറ്റവും പ്രധാനപ്പെട്ട ഒന്നാണ് അനുയോജ്യരായ സാങ്കേതികപ്രവർത്തകരെയും അഭിനേതാക്കളെയും സംയോജിപ്പിക്കുക എന്നത്. കാര്യാട്ട് അന്ന് ഇന്ത്യയിൽ ലഭ്യരായ ഏറ്റവും മികച്ച പ്രതിഭകളെ തന്റെ ചിത്രത്തിലെ പങ്കാളികളാക്കി. ഹൃദയദ്രവീക

രണശേഷിയുള്ള ഗാനങ്ങൾകൊണ്ട് സിനിമാപ്രേമികളുടെയും സംഗീതാസ്വാദകരുടെയും ആരാധന പിടിച്ചുപറ്റിയ സലിൽ ചൗധരിയായിരുന്നു സംഗീതസംവിധായകൻ. മാർക്കസ് ബാർട്‌ലി ഛായാഗ്രാഹകനായി. ബിമൽ റോയിയുടെ ചലച്ചിത്ര സംരംഭങ്ങളുമായി ബന്ധപ്പെട്ട് സിനിമയിൽ പ്രവേശിക്കുകയും നല്ല സിനിമയുടെ ഭാഗമായി മാറുകയും ചെയ്ത ഋഷികേശ് മുഖർജിക്കാണ് എഡിറ്റിംഗിന്റെ ചുമതല നൽകിയത്. ഈ മൂവരും തുടർന്നും മലയാളസിനിമയുമായി ബന്ധപ്പെട്ടിരുന്നു.

മലയാളികൾക്ക് ഏറെ പരിചിതരായിരുന്നു *ചെമ്മീനി*ലെ കഥാപാത്രങ്ങൾ. അതുകൊണ്ടുതന്നെ പ്രേക്ഷകർക്ക് സ്വീകാര്യമായ തരത്തിൽ ഈ കഥാപാത്രങ്ങൾക്കനുയോജ്യരായ നടീനടന്മാരെ കണ്ടെത്തുക ശ്രമകരമായിരുന്നു. അക്കാര്യത്തിലും കാര്യാട്ട് കാമ്യമായ വിജയം നേടി. നോവലിലെ കഥാപാത്രവർണ്ണനയോട് പൊരുത്തപ്പെടുന്നില്ലെങ്കിൽക്കൂടി കറുത്തമ്മയുടെ നായികാവേഷത്തിൽ ഷീല പ്രേക്ഷകപ്രശംസയാർജ്ജിച്ചു. പളനിയായി സത്യനും പരീക്കുട്ടിയായി മധുവും തങ്ങളുടെ അഭിനയജീവിതത്തിലെ ഏറ്റവും ശ്രദ്ധേയമായ പ്രകടനങ്ങളാണ് കാഴ്ചവച്ചത്. കൊട്ടാരക്കര ശ്രീധരൻനായരിലൂടെ ചെമ്പൻകുഞ്ഞ് ഐതിഹാസിക കഥാപാത്രമായി മാറി.

പുറക്കാട് കടപ്പുറം സാക്ഷ്യംവഹിച്ച ഒരു പ്രണയത്തിന്റെ ദുരന്തപര്യവസായിയായ കഥയാണ് *ചെമ്മീനി*ൽ അവതരിപ്പിക്കപ്പെട്ടിട്ടുള്ളത്. അരയന്മാരുടെ ജീവിതം യഥാതഥമായി ചിത്രീകരിച്ച ഈ കഥയിൽ സാങ്കല്പികാംശങ്ങളും ഏറെയുണ്ട്.

കറുത്തമ്മയുടെയും പരീക്കുട്ടിയുടെയും പ്രണയത്തിന്റെ ദൃശ്യങ്ങളവതരിപ്പിച്ചുകൊണ്ടാണ് ചിത്രം തുടങ്ങുന്നത്. കറുത്തമ്മയുടെ അച്ഛൻ ചെമ്പൻകുഞ്ഞ് ജീവിതവിജയം ആഗ്രഹിക്കുന്ന അരയനാണ്. ഈ ഉൽക്കർഷേച്ഛ അപകടകരമായ ദുരാഗ്രഹത്തിലേക്കാണ് അയാളെ നയി

രാമുകാര്യാട്ട്

ക്കുന്നത്. തന്റെ ആഗ്രഹപൂർത്തിക്കുള്ള കരുക്കളായി മാത്രമാണ് അയാൾ മറ്റു മനുഷ്യരെ കണ്ടത്. സ്വന്തമായി വള്ളവും വലയും വാങ്ങാൻ മകളോട് ശുപാർശ ചെയ്ത് പരീക്കുട്ടിയിൽ നിന്ന് പണം കൈപ്പറ്റാൻ അയാൾക്കൊരു മടിയും അനുഭവപ്പെടുന്നില്ല. എന്നാൽ മത്സ്യവുമായി വള്ളം കരയിലടുത്തപ്പോൾ പരീക്കുട്ടിയെ നിഷ്കരുണം ഒഴിവാക്കുകയാണയാൾ ചെയ്യുന്നത്. കരുത്തനായ ഒരു അരയനെ -പളനിയെ-കണ്ടുമുട്ടുമ്പോൾ അയാളെ കൂടെനിർത്തിയാൽ തനിക്കുണ്ടാക്കാൻ കഴിയുന്ന നേട്ടങ്ങളെപ്പറ്റിയാണ് ചെമ്പൻകുഞ്ഞ് ചിന്തിക്കുന്നത്. അതുകൊണ്ടയാൾ കറുത്തമ്മയെ പളനിക്കു നല്കുന്നു. എന്നാൽ അയാളുടെ സങ്കല്പങ്ങൾക്കു വിരുദ്ധമായി പളനി കറുത്തമ്മയെ തന്റെ ഊരിലേക്കു കൂട്ടിക്കൊണ്ടുപോകുമ്പോൾ തിരിച്ചടികൾ ആരംഭിക്കുന്നു.

പരീക്കുട്ടിയും കറുത്തമ്മയും തമ്മിലുള്ള പ്രണയത്തിന്റെ തകർച്ചയും വീണ്ടും ഒത്തുചേരാനുള്ള അവരുടെ ശ്രമം അനിവാര്യമായ ദുരന്തത്തിലേക്ക് അവരേയും പളനിയേയും നയിക്കുന്നതുമാണ് *ചെമ്മീ*ന്റെ പ്രധാന കഥാപരിണാമമെങ്കിലും ചെമ്പൻകുഞ്ഞിന്റെ കടലോളം പരന്ന

ദുരാഗ്രഹം അയാളുടെ ജീവിതം താറുമാറാക്കുന്നതിന്റെ സമാന്തര ചിത്രീകരണംകൂടി ഇതിലുണ്ട്. സാധാരണ പ്രേക്ഷകരെ സംബന്ധിച്ചിടത്തോളം അസാധാരണമെന്നു വിശേഷിപ്പിക്കാവുന്ന കാഴ്ചകളിലേക്കാണ് *ചെമ്മീൻ* നയിക്കുന്നത്. അസാധാരണമായ ജീവിതപശ്ചാത്തലം, അസാധാരണമായ കഥാപാത്രങ്ങൾ – അസ്വാദകർക്ക് അതൊക്കെ പുതിയ അനുഭവങ്ങളായിരുന്നു. പുതുമകൾക്കു വേണ്ടി ദാഹിച്ചുകൊണ്ടിരുന്ന മലയാള പ്രേക്ഷകർക്ക് *ചെമ്മീൻ* ഏറെ സ്വീകാര്യമായതിന്റെ കാരണം അതാണ്.

വിശ്വചലച്ചിത്രാവബോധമാർജ്ജിച്ച പ്രേക്ഷകർക്ക് രസപ്രദമാവാൻ പ്രയാസമുള്ള പല രംഗങ്ങളും *ചെമ്മീ*നിൽ കാണാം. ഷോട്ടുകളുടെ രൂപീകരണത്തിലും തിരക്കഥയുടെ വികാസഘട്ടങ്ങളിലും മലയാളസിനിമയുടെ ഗതാനുഗതികത്വത്തിൽ നിന്ന് രക്ഷപ്പെടാൻ ഈ ചിത്രത്തിന് കഴിഞ്ഞിട്ടില്ല. എങ്കിൽപ്പോലും മലയാളസിനിമയിൽ *ചെമ്മീനി*നുള്ള സ്ഥാനം നഷ്ടപ്പെടുന്നില്ല.

6 ഇരുട്ടിന്റെ ആത്മാവ്

സാഹിത്യവുമായുള്ള ബന്ധമാണ് മലയാളസിനിമയുടെ ഒരു പ്രത്യേകതയായി പലരും വിലയിരുത്തിയിട്ടുള്ളത്. അറുപതുകളിൽ മലയാളസിനിമ നേടിയെടുത്ത ദേശീയ പ്രശസ്തിയുടെ അടിസ്ഥാനം ഈ സാഹിത്യബന്ധമായിരുന്നു. ആ കാലഘട്ടത്തിൽ പുറത്തിറങ്ങിയ ശ്രദ്ധേയങ്ങളായ പല ചലച്ചിത്രങ്ങളും പ്രമുഖ സാഹിത്യകാരന്മാരുടെ പ്രശസ്തകൃതികളെ അവലംബമാക്കി നിർമ്മിക്കപ്പെട്ടവയായിരുന്നു. മലയാളസിനിമയുടെ തുടക്കം മുതൽക്കുതന്നെ സാഹിത്യകാരന്മാരുടെ പങ്കാളിത്തമുണ്ടായി. *നീലക്കുയി*ലോടെ സാഹിത്യകാരന്മാർക്ക് സിനിമയിൽ കൂടുതൽ സർഗ്ഗാത്മകമായ പങ്കു വഹിക്കാൻ കഴിയുമെന്ന ധാരണയുണ്ടായി.

മലയാളത്തിലെ പ്രമുഖസാഹിത്യകാരനായ എം ടി വാസുദേവൻ നായർ ചലച്ചിത്രകലയുമായി ഗാഢബന്ധം പുലർത്തുന്നു. അദ്ദേഹം ആദ്യമായി തിരക്കഥയെഴുതുന്നത് *മുറപ്പെണ്ണ്* എന്ന ചിത്രത്തിനുവേണ്ടിയാണ് (1965). ധാരാളം പ്രശംസ നേടിയെടുത്ത ഈ ചിത്രത്തിനുശേഷം അടുത്തകൊല്ലം *പകൽക്കിനാവ്* എന്ന ചിത്രത്തിന്റെ തിരക്കഥ അദ്ദേഹം രചിച്ചു. 1967-ലാണ് *ഇരുട്ടിന്റെ ആത്മാവ്* പിറവിയെടുക്കുന്നത്. ചെറുകഥാകൃത്തെന്ന നിലയിൽ എം ടി ക്ക് സമ്മാന്യത നേടിക്കൊടുത്ത വിഖ്യാത കഥകളിലൊന്നാണ് *ഇരുട്ടിന്റെ ആത്മാവ്.* ഈ കഥയെ അവലംബിച്ചാണ് ഇതേ പേരുള്ള ചലച്ചിത്രത്തിന് അദ്ദേഹം തിരക്കഥ തയ്യാറാക്കിയിരിക്കുന്നത്.

*നീലക്കുയിലി*ന്റെ ഇരട്ട സംവിധായകരിൽ ഒരാളായ രാമു കാര്യാട്ട് *ചെമ്മീനി*ലൂടെ ഉന്നതവിജയം നേടിക്കഴിഞ്ഞ വേളയിലാണ് മറ്റൊയാളായ പി ഭാസ്കരൻ *ഇരുട്ടിന്റെ ആത്മാവു*മായെത്തുന്നത്. *രാരിച്ചൻ എന്ന പൗരനട*ക്കം മികച്ചതും അല്ലാത്തതുമായ അഞ്ചോളം ചിത്രങ്ങൾ സംവിധാനം ചെയ്തുകഴിഞ്ഞ ശേഷമാണ് ഭാസ്കരൻ *ഇരുട്ടിന്റെ ആത്മാവി*ന്റെ പണിപ്പുരയിലേക്കു കടക്കുന്നത്.

തകർന്നുപോയ നായർതറവാടുകളിലെ ദൈന്യത്തിന്റെ കഥകൾ ആവിഷ്കരിക്കുന്നതിൽ എം ടി പ്രദർശിപ്പിക്കുന്ന സാമർത്ഥ്യം വളരെയേറെ ശ്ലാഘിക്കപ്പെട്ടിട്ടുണ്ട്. അത്തരമൊരു തറവാടാണ് *ഇരുട്ടിന്റെ ആത്മാവി*ന്റെയും പശ്ചാത്തലം. ഈ തറവാട്ടിലെ ബുദ്ധിമാന്ദ്യമുള്ള വേലായുധനാണ് കഥാനായകൻ. അച്ഛൻ ചെറുപ്പത്തിലേ മരിച്ചു. അമ്മയാണെങ്കിൽ രോഗിണിയും. വീട്ടിൽ മറ്റു രണ്ടംഗങ്ങൾ കൂടിയുണ്ട്. പാറുക്കുട്ടിയമ്മയുടെ സഹോദരനായ ഗോപാലൻ നായരും അയാളുടെ മകൾ അമ്മുക്കുട്ടിയും. ഇളയപെങ്ങളായ മീനാക്ഷിയമ്മയുടെ ഭർത്താവ് സിംഗപ്പൂരിൽ നിന്ന് ദയാപുരസ്സരം അയച്ചുകൊടുക്കുന്ന തുകകൊണ്ടാണ് കുടുംബം ഒരുവിധം നടന്നുപോകുന്നത്.

മന്ദബുദ്ധിയാണെങ്കിലും വേലായുധനും സ്വപ്നങ്ങളുണ്ടായിരുന്നു. അവന്റെ സ്വപ്നങ്ങളിലെ നായിക അമ്മുക്കുട്ടിയായിരുന്നു. അവൾക്കും അവനെ ഇഷ്ടമായിരുന്നു. ഇല്ലായ്മയും ബുദ്ധിമുട്ടുകളുമുണ്ടായിരുന്നെങ്കിലും തറവാട്ടിലെ ജീവിതം സ്നേഹനിർഭരമായിരുന്നു.

ശുഭ്രമായ ആകാശത്ത് കാർമേഘങ്ങളുടെ ആഗമനംപോലെ, സിംഗപ്പൂരിൽ നിന്ന് നിറയെ പണവുമായി മാധവൻനായരും കുടുംബവുമെത്തുന്നു. തറവാട്ടിലെ ജീവിതം അതോടെ കലങ്ങിമറിയുന്നു. മാധവൻനായരുടെയും മീനാക്ഷിയമ്മയുടെയും പുത്രനായ രാജന് അമ്മുക്കുട്ടിയോടൊരാകർഷണമനുഭവപ്പെട്ടു. അവളെ ഭാര്യയാക്കുക എന്ന ചിന്തയേ അയാൾക്കുണ്ടായിരുന്നില്ല. തന്റെ ഇംഗിതത്തിനു വശംവദയാക്കുകമാത്രമായിരുന്നു അയാളുടെ ലക്ഷ്യം.

രാജൻ അമ്മുക്കുട്ടിയെ ഉപദ്രവിക്കാൻ ശ്രമിക്കുമ്പോൾ വേലായുധൻ അതു തടയുന്നു. സ്വന്തം മകൾക്കുവന്ന ഒരു ഐ എ എസ്സുകാരന്റെ വിവാഹാലോചന മാനസികരോഗിയായ വേലായുധന്റെ ബന്ധുത്വം പറഞ്ഞ് മുടങ്ങിപ്പോയതുകാരണം ക്ഷോഭിച്ചിരിക്കുകയായിരുന്ന മാധവൻ നായർ തന്റെ മകനെ വേലായുധൻ അപമാനിച്ചുവെന്നു കേട്ടതോടെ കലിതുള്ളാൻ തുടങ്ങി. അയാൾ വേലായുധനെ വിറകുപുരയിൽ ബന്ധനത്തിലാക്കുന്നു.

തറവാട്ടുവീട്ടിൽ പുതിയ രീതികൾ നടപ്പിൽ വരുന്നു. മുകൾനിലയിൽ മദ്യപാനവും ഒച്ചപ്പാടും. രാജന്റെയും സഹോദരിയുടെയും നൃത്തപ്രകടനങ്ങൾ. അങ്ങനെയൊരു രാത്രിയിൽ കുടിച്ചു ലക്കുകെട്ട രാജൻ അമ്മുക്കുട്ടിയോട് അപമര്യാദയായി പെരുമാറുന്നു. അവൾ ബഹളമുണ്ടാക്കുമ്പോൾ ഓടിയെത്തുന്ന മാധവൻനായരും മീനാക്ഷിയമ്മയും അവളുടെ

പേരിൽ കുറ്റം ചാർത്തുകയാണ്. അഭിമാനത്തിനു വില കല്പിക്കുന്ന ഗോപാലൻനായർ മകളേയും കൂട്ടി അവിടെ നിന്നു യാത്രയാവുന്നു.

ദൂരെ, തന്റെ തറവാട്ടിൽ അമ്മുക്കുട്ടിക്ക് ഒരു കല്യാണാലോചന ഒത്തുവരുന്നു. അവളുടെ വിവാഹവാർത്ത അറിയാനിടവരുന്ന വേലായുധൻ ചങ്ങലപൊട്ടിച്ച് അവളെക്കാണാൻ യാത്രയാവുന്നു. വിവാഹവേദിയിൽ എത്തിച്ചേരുന്ന അവനെ അവളും 'ഭ്രാന്തനെ'ന്നു വിളിക്കുന്നതോടെ വേലായുധന്റെ ജീവിതാശകൾ തകരുന്നു.

തകർച്ച നേരിടുന്ന തറവാടുകളിലെ മൂക ദുഃഖങ്ങൾ സഫലമായി പകർത്തിക്കാട്ടാനുള്ള എം ടിയുടെ സാമർത്ഥ്യം *ഇരുട്ടിന്റെ ആത്മാവിൽ* ഉടനീളം തെളിഞ്ഞുകാണാം. ഒരു തറവാടിനുള്ളിൽ ഒതുങ്ങുന്ന കഥയാണെങ്കിലും ഈ തറവാട് സമൂഹത്തിന്റെ തന്നെ ഒരു പരിച്ഛേദമെന്ന നിലയ്ക്കാണ് അവതരിപ്പിക്കപ്പെട്ടിട്ടുള്ളത്. പരമ്പരാഗതശൈലിയുമായി തറവാട്ടിനുള്ളിൽ ഒതുങ്ങിക്കൂടിയവരുടെ തകർച്ചയും ജീവിതവിജയം തേടി അന്യനാടുകളിലേക്കു പോയവരുടെ സാമ്പത്തികോന്നമനവും കേരളത്തിലെ ഒരു തുടർക്കാഴ്ചയാണ്. ഒരുകാലത്ത് കേരളീയർ ഇങ്ങനെ ബർമ്മ (ഇന്നത്തെ മ്യാൻമാർ), സിലോൺ (ശ്രീലങ്ക), സിംഗപ്പൂർ തുടങ്ങിയ സ്ഥലങ്ങളിലേക്ക് പോയിരുന്നുവെങ്കിൽ ഇന്നത് പ്രധാനമായും ഗൾഫ് രാജ്യങ്ങളിലേക്കാണെന്നു മാത്രം. അന്യദേശത്തു ചേക്കേറിയവർ മടങ്ങിയെത്തുമ്പോൾ അവരോടൊപ്പം ആധുനികജീവിതശൈലികളും സമൂഹത്തിലേക്കു പ്രവേശിക്കുന്നു. അത് പല സംഘട്ടനങ്ങൾക്കും കാരണമാകുന്നു. മാധവൻ നായരും കുടുംബവും മടങ്ങിയെത്തുമ്പോൾ ഗോപാലൻനായരുടെ വീട്ടിലുണ്ടാകുന്ന പ്രശ്നങ്ങൾ ഒരു സാമൂഹിക പ്രശ്നത്തിന്റെ പ്രതിഫലനമാണ്.

അരക്കിറുക്കനെ മുഴുക്കിറുക്കനാക്കുന്ന സാമൂഹികനീതിയാണ് *ഇരുട്ടിന്റെ ആത്മാവിൽ* നമ്മെ അസ്വസ്ഥരാക്കുന്നത്. സാന്ത്വനംകൊണ്ടും പരിചരണംകൊണ്ടും പരിഹരിക്കപ്പെടാവുന്ന പ്രശ്നങ്ങളേ വേലായുധനുള്ളൂ. എന്നാൽ, ക്രൂരതകൾ അയാളുടെ മനസ്സിന്റെ താളപ്പിഴയ്ക്ക് ആക്കം കൂട്ടുകയാണ്. എന്നിട്ടുപോലും ചിത്രാന്ത്യത്തിൽ അമ്മുക്കുട്ടി തന്റെ സുരക്ഷിതത്വത്തിനുവേണ്ടി 'വേലായുധൻ ഭ്രാന്തനാണ്' എന്നു വിളിച്ചുപറയുമ്പോൾ അയാൾ സ്വയം കീഴടങ്ങുകയാണ്. വിഭ്രാന്തമായ ഒരു മനസ്സിന് അതു കഴിയുകയില്ല; തെളിഞ്ഞ മനസ്സിനു മാത്രമേ അതു സാധ്യമാവൂ.

ലോകത്തുതന്നെ ഏറ്റവുമധികം സിനിമകളിൽ നായകനായി അഭിനയിച്ചിട്ടുള്ള പ്രേംനസീറിന്റെ ഏതാനും കഥാപാത്രങ്ങൾ മാത്രമാണ് അഭിനയത്തിന്റെ ഉയർന്ന തലങ്ങളിൽ സ്ഥാനം നേടിയിട്ടുള്ളത്. ആ കഥാപാത്രങ്ങളിൽ ഏറ്റവും പ്രമുഖമായ സ്ഥാനമാണ് വേലായുധനുള്ളത്. എം ടി വാസുദേവൻ നായരുടെ ആദ്യകാലചിത്രങ്ങളിൽ ഏറ്റവുമധികം പ്രാധാന്യമുള്ള തിരക്കഥയാണ് *ഇരുട്ടിന്റെ ആത്മാവ്* – ഒപ്പം പി ഭാസ്കരന്റെ ഏറ്റവും പ്രധാനപ്പെട്ട ചിത്രങ്ങളിലൊന്നുമാണത്.

അരനാഴികനേരം

7

കെ എസ് സേതുമാധവൻ

മലയാളസിനിമയുടെ ഒരു കാലഘട്ടം മുഴുവൻ നിറഞ്ഞുനിന്ന സംവിധായകനാണ് കെ എസ് സേതുമാധവൻ. അറുപതുകളുടെ തുടക്കത്തിൽ രംഗപ്രവേശം നടത്തിയ സേതുമാധവന്റെ വളരെ പ്രധാനപ്പെട്ട ചലച്ചിത്രരചനകളെല്ലാം ഒന്നര ദശകത്തിനുള്ളിലാണുണ്ടായത്. ഏറ്റവുമധികം സാഹിത്യകൃതികൾ സിനിമയിലേക്കു പകർത്തിയ സംവിധായകനാണദ്ദേഹം. നവോത്ഥാനകാലഘട്ടത്തിലെ സുപ്രധാനകൃതിയായ *ഓടയിൽ നിന്ന്* ചലച്ചിത്രലോകത്തിലേക്കു പകർത്തിക്കൊണ്ടാണ് അദ്ദേഹത്തിന്റെ സാഹിത്യബന്ധം സമാരംഭിക്കുന്നത് (1965). പി കേശവദേവിന്റെ പ്രകീർത്തിതമായ സാഹിത്യകൃതിയോട് അദ്ദേഹം നീതി പുലർത്തി.

സത്യൻ എന്ന അനുഗൃഹീത നടന്റെ കഴിവുകൾ കണ്ടറിഞ്ഞ് അതിന്നനുസൃതമായ വേഷങ്ങൾ നല്കിയ സംവിധായകനാണ് സേതുമാധവൻ. സത്യന്റെ അന്നോളമുള്ള അഭിനയചരിത്രത്തിലെ ഏറ്റവും മുഖ്യമായ വേഷങ്ങളായിരുന്നു *ഓടയിൽ നിന്നി*ലെ പപ്പുവും *ദാഹ*ത്തിലെ ജയരാജനും.

മലയാറ്റൂർ രാമകൃഷ്ണന്റെ *യക്ഷി* മഞ്ഞിലാസിനുവേണ്ടി സേതുമാധവൻ ചലച്ചിത്രത്തിലേക്കു പകർത്തിയപ്പോൾ അത് മലയാളത്തിന്റെ നായകസങ്കല്പത്തിനേറ്റ പ്രഹരമായി. സൗന്ദര്യമുള്ള നായകമുഖങ്ങൾ മാത്രം കണ്ട മലയാളസിനിമയിൽ, ഒരു പൊട്ടിത്തെറിയെത്തുടർന്ന് മുഖം വികൃതമായ ഒരു നായകനെയാണ് ഈ ചിത്രം അവതരിപ്പിച്ചത്. അതുമാത്രമല്ല, മനശ്ശാസ്ത്രപരമായ ഒരു പ്രമേയം കൈയാളുന്ന ആദ്യ മലയാള ചിത്രം കൂടിയായിരുന്നു *യക്ഷി.* തുടർന്ന് പമ്മന്റെ *അടിമകളും* കെ ടി മുഹമ്മദിന്റെ *കടൽപ്പാലവും* അയ്യനേത്തിന്റെ *വാഴ്‌വേമായവും* അദ്ദേഹം ചലച്ചിത്രത്തിലേക്കു പകർത്തി. പാറപ്പുറത്തിന്റെ പ്രശസ്തമായ നോവൽ *അരനാഴികനേരമാണ്* ഈ ചിത്രങ്ങളുടെ തുടർച്ചയായി അദ്ദേഹം വെള്ളിത്തിരയിലെത്തിച്ചത് (1970). *യക്ഷിയെപ്പോലെ*തന്നെ ഒരു സംവിധായകന് വെല്ലുവിളിയുയർത്താൻപോന്ന കഥാവസ്തുവായിരുന്നു *അരനാഴികനേരത്തിന്റേത്.* ഇതിലെ കഥാനായകൻ ചിത്രത്തിലുടനീളം ശയ്യാവലംബിയാണ്. അയാളൊരു യുവകോമളനുമല്ല. മരണത്തിലേക്കടുത്തുകൊണ്ടിരിക്കുന്ന ഒരു വൃദ്ധൻ. ഇങ്ങനെയൊരു കഥാനായകനെ വച്ച് ഒരു ചിത്രം വിജയിപ്പിച്ചെടുക്കുക ദുഷ്കരമാണ്. സേതുമാധവന് അതിനു കഴിഞ്ഞു.

അരനാഴികനേരത്തിലെ നായകനായ കുഞ്ഞേനാച്ചൻ സംവിധായകനു മാത്രമല്ല, നടനും വെല്ലുവിളി സൃഷ്ടിക്കുന്ന കഥാപാത്രമാണ്. അഭിനയപടുവായ കൊട്ടാരക്കര ശ്രീധരൻ നായർക്ക് അനായാസമായി ആ കഥാപാത്രത്തിന് രൂപവും ഭാവവും പകരാൻ കഴിഞ്ഞു.

കഥാകാലം വളരെ ഹ്രസ്വമാണെങ്കിലും *അരനാഴികനേരത്തിന്റെ* ക്യാൻവാസ് അത്യന്തം വിസ്തൃതമാണ്. തൊണ്ണൂറുകാരനായ കുഞ്ഞേനാച്ചന്റെ മക്കളും മക്കളുടെ മക്കളും അവരുടെ മക്കളുമൊക്കെ ഇതിൽ കഥാപാത്രങ്ങളായി വരുന്നു. ആരുടെയും ചൊല്പടിക്കുനില്ക്കാൻ കൂട്ടാക്കാത്ത കുഞ്ഞേനാച്ചൻ മക്കളുടെ വീടുകളിൽ സന്ദർശനം നടത്തി മടങ്ങിവരുമ്പോൾ ഒന്നു വീണു. അതോടെ അഞ്ചാമത്തെ മകൻ മാത്തുക്കുട്ടിയുടെ വീട്ടിലെ ഒരു കട്ടിലിൽ കുഞ്ഞേനാച്ചന്റെ ജീവിതം ഒതുങ്ങിക്കൂടി. ആ ഏകാന്തശയ്യയിൽക്കിടന്ന് മൂന്നുതലമുറകളുടെ ദുരന്താനുഭവങ്ങൾക്ക് അയാൾ ദൃക്സാക്ഷിയായി. അതെല്ലാം നിശ്ശബ്ദം സഹിച്ച അയാൾക്ക് ഒതുക്കിത്തീർക്കാനാവാത്ത ഒരു ഞെട്ടലുണ്ടായി. അയാൾക്ക് പതിവായി കറപ്പു കൊണ്ടുകൊടുക്കുന്ന ഒരു കുടുംബസുഹൃത്തുണ്ടായിരുന്നു – കുറുപ്പച്ചൻ. സരസൻ, സംഭാഷണപ്രിയൻ. കുഞ്ഞേനാച്ചന്റെ ഏകാന്തനിമിഷങ്ങളിലെ ആശ്വാസമായിരുന്നു കുറുപ്പച്ചൻ. പൊതുക്കാര്യപ്രസക്തനായ മാത്തുക്കുട്ടി മിക്കപ്പോഴും വീട്ടിലുണ്ടാവാറില്ല. അങ്ങനെയൊരവസരത്തിലാണ് മാത്തുക്കുട്ടിയുടെ ഭാര്യയും കുഞ്ഞേനാച്ചന്റെ വാത്സല്യഭാജനവുമായ ദീനാമ്മയും കുറുപ്പച്ചനും തമ്മിൽ അവിഹിത ബന്ധമുണ്ടെന്ന കാര്യം അയാൾ കണ്ടെത്തുന്നത്. അപമാനഭീതി പൂണ്ട കുറുപ്പച്ചൻ കറപ്പിൽ വിഷം ചേർത്ത് കുഞ്ഞേനാച്ചനു നല്കുന്നു. സർവ്വരും

സ്വാഭാവികമരണമായിക്കരുതിയ കുഞ്ഞേനാച്ചന്റെ മരണരഹസ്യം അതായിരുന്നു.

മുന്നോട്ടും പിന്നോട്ടും പരന്നൊഴുകുന്ന കഥാകാലത്തെ സിനിമാകാലത്തിന്റെ ഹ്രസ്വതയിൽ തടംകെട്ടിനിർത്താൻ കഴിഞ്ഞു എന്നത് സേതുമാധവന്റെ കൃതഹസ്തതയ്ക്കു നിദർശനമാണ്. പ്രധാനകഥാപാത്രത്തിൽ ശ്രദ്ധ മുഴുവൻ കേന്ദ്രീകരിച്ചപ്പോൾ ഇതര കഥാപാത്രങ്ങൾക്ക് വേണ്ടത്ര മിഴിവ് ലഭിക്കാതെ പോയി എന്നുപറയുന്നതിൽ തെറ്റില്ല. സത്യനും പ്രേംനസീറുമടങ്ങുന്ന വൻ താരനിരയാണ് ഈ ചിത്രത്തിൽ പ്രത്യക്ഷപ്പെടുന്നത്. *യക്ഷി, അടിമകൾ, വാഴ്‌വേ മായം* എന്നീ ചിത്രങ്ങൾക്കുശേഷം മഞ്ഞിലാസിന്റെ എം ഒ ജോസഫ് നിർമ്മിച്ച ചിത്രമാണിത്.

8 ഓളവും തീരവും

മലയാളസിനിമയിൽ ഒരു വഴിത്തിരിവ് സൃഷ്ടിച്ച ചിത്രമാണ് *ഓളവും തീരവും* (1970). അതിനു മുൻപും മലയാളസിനിമകളിൽ വാതിൽപ്പുറചിത്രീകരണമുണ്ടായിരുന്നുവെങ്കിലും പൂർണ്ണമായും വാതിൽപ്പുറങ്ങളിൽവച്ച് ചിത്രീകരിക്കപ്പെട്ട ആദ്യ ചിത്രമത്രേ അത്. ഭേദപ്പെട്ട ചിത്രങ്ങളിൽപ്പോലും സ്റ്റുഡിയോ സെറ്റുകൾക്കകത്ത് തെങ്ങിന്റെയും മറ്റു മരങ്ങളുടെയും കുടിലുകളുടെയുമൊക്കെ പടം വരച്ചുവച്ച കർട്ടനുകൾക്കു മുന്നിൽ ചിത്രീകരിച്ച രംഗങ്ങൾ കാണാൻ കഴിയും. ഇത്തരം രംഗങ്ങൾ യാതൊരു വിധത്തിലുള്ള യാഥാർത്ഥ്യപ്രതീതിയും ജനിപ്പിക്കുന്നില്ല. ഇത്തരം കൃത്രിമപശ്ചാത്തലങ്ങളിലെ രംഗങ്ങൾ അനുവാചകനിലുണർത്തുന്നത് വൈരസ്യമാണ്. യഥാതഥമായ വാതിൽപ്പുറങ്ങളിലേക്ക് ക്യാമറ കൊണ്ടുപോയതിന്റെ മനോഹരമായ ദൃശ്യമാണ് *ഓളവും തീരവും* എന്ന ചിത്രത്തിന്റെ പ്രധാന പ്രത്യേകത.

അതുവരെ സിനിമയുടെ ഭാഷ മലയാളസിനിമയ്ക്കന്യമായിരുന്നു. സ്റ്റേജിനെ ഓർമ്മിപ്പിക്കുന്ന തരത്തിലുള്ള ഷോട്ടുകളായിരുന്നു എല്ലാ ചിത്രങ്ങളിലും. ഷോട്ടുകൾ രൂപപ്പെടുത്തുമ്പോൾ എങ്ങനെ സിനിമാറ്റിക് സ്വഭാവം കൈവരുത്താം എന്നതിനെപ്പറ്റി അജ്ഞരായിരുന്നു മിക്കവരും.

ഓളവും തീരവും എന്ന ചിത്രത്തിൽ ഉടനീളം സിനിമാറ്റിക് ആയ ഷോട്ടുകൾ കാണാം.

അന്നേവരെയുള്ള മലയാള ചിത്രങ്ങൾക്ക് ഫോർമുലകളിൽ നിന്ന് കുതറിമാറാൻ കഴിഞ്ഞിരുന്നില്ല. അഞ്ചോ ആറോ പാട്ടുകൾ, മേമ്പൊടിക്ക് ഹാസ്യം, രണ്ടോ മൂന്നോ സ്റ്റണ്ടുരംഗങ്ങൾ, നെടുങ്കൻ സംഭാഷണങ്ങൾ – ഇതൊക്കെ ഏതു ചിത്രത്തിന്റെയും അനിവാര്യതയായിരുന്നു. പാട്ടുകളൊഴിച്ചാൽ മറ്റ് ഫോർമുലാഘടകങ്ങളൊന്നും *ഓളവും തീരവു*മിൽ ഉപയോഗിച്ചിട്ടില്ല. ചിത്രത്തിന്റെ അന്ത്യഭാഗത്ത് കഥാഗതിക്ക് അത്യന്താപേക്ഷിതമായ ഒരു സംഘട്ടനരംഗമുണ്ട്. അതുപോലും സാധാരണ സ്റ്റണ്ടുരംഗമാക്കി മാറ്റാതെ യഥാതഥരീതിയിലാണ് ചിത്രീകരിച്ചിട്ടുള്ളത്.

കലാസംവിധായകനായിരുന്ന പി എൻ മേനോൻ *റോസി* എന്ന ചിത്രത്തിലൂടെയാണ് സംവിധാനരംഗത്ത് പദമൂന്നുന്നത്. *റോസി*യെ ഒരു മികച്ച ചിത്രം എന്നു വിശേഷിപ്പിക്കാനാവില്ലെങ്കിലും ഒരു മികച്ച സംവിധായകന്റെ തിരപ്പുറപ്പാടായിരുന്നു അത്. *ഓളവും തീരവും* മാദ്ധ്യമബോധമുള്ള ഒരു സംവിധായകനെയാണ് മലയാളസിനിമയ്ക്ക് പരിചയപ്പെടുത്തിയത്. പ്രതിഭകളുടെ സംഗമമായിരുന്നു *ഓളവും തീരവും.* പില്ക്കാലത്ത് ശ്രദ്ധേയ സംവിധായകനായിത്തീർന്ന പി എ ബക്കറായിരുന്നു നിർമ്മാതാവ്. സാഹിത്യത്തിലെന്നപോലെ തിരക്കഥാരചനയിലും പ്രാഗല്ഭ്യം തെളിയിച്ച എം ടി വാസുദേവൻ നായരുടെ തിരക്കഥ. *അവൾ* എന്ന കന്നിചിത്രത്തിലൂടെ ഛായാഗ്രഹണരംഗത്തെ വാഗ്ദാനം എന്ന നിലയ്ക്ക് ശ്രദ്ധിക്കപ്പെട്ട മങ്കട രവിവർമ്മയുടെ ഛായാഗ്രഹണ വൈദഗ്ദ്ധ്യം. ചിത്രത്തിന്റെ ഏകാഗ്രതയ്ക്ക് ഭംഗം വരുത്താതെ, കഥാഗതിക്ക് പിന്തുണയേകുന്ന ബാബുരാജിന്റെ സംഗീതസംവിധാനം. മധുവിന്റെ ഏറ്റവും മികച്ച കഥാപാത്രങ്ങളിലൊന്നാണ് *ഓളവും തീരവു*മിലെ ബാപ്പുട്ടി.

പ്രശസ്തമായ സ്വന്തം ചെറുകഥയെ അവലംബിച്ചാണ് എം ടി തിരക്കഥ തയ്യാറാക്കിയിട്ടുള്ളത്. കല്ലായിപ്പുഴയുടെ തീരത്തു തളിരിട്ട ആർദ്രമധുരമായ ഒരു പ്രണയത്തിന്റെ കഥയാണിത്. വഞ്ചിക്കാരനായ അബ്ദു മരണാസന്നനായ സമയത്ത് തന്റെ ദുരന്തകഥ സഹപ്രവർത്തകനായ ബാപ്പുട്ടിയോടു പറയുന്നു. തന്റെ ഉമ്മ വഴിവിട്ട ജീവിതമാണു നയിക്കുന്നതെന്നു മനസ്സിലായപ്പോൾ വീടുവിട്ടതാണയാൾ. പെങ്ങളെ കാണാനാഗ്രഹമുണ്ടെങ്കിലും അയാളങ്ങോട്ടു

പി എൻ മേനോൻ

പോയിട്ടില്ല. തന്റെ ജീവിതകഥ നന്നേ കുറച്ചു വാക്കുകളിൽ സാക്ഷ്യപ്പെടുത്തിയ ശേഷം മരണത്തിനു കീഴ്പ്പെടുകയാണയാൾ.

മയ്യത്ത് വാഴക്കടവിലെത്തിക്കേണ്ട ഭാരം ബാപ്പുട്ടിയുടെ ചുമലിലായി. വാഴക്കടവിലെത്തിയ ബാപ്പുട്ടിയുടെ ഹൃദയത്തിലേക്കാണ് നബീസ കയറിപ്പറ്റുന്നത്. ഉമ്മയുടെ സ്വഭാവദൂഷ്യത്തിൽ പങ്കില്ലാത്ത ഒരു നിഷ്കളങ്കയാണവളെന്ന് ബാപ്പുട്ടിക്ക് ബോദ്ധ്യപ്പെടുന്നു. നബീസയ്ക്ക് ബാപ്പുട്ടി തണലായി. ബാപ്പുട്ടിക്ക് ബോദ്ധ്യപ്പെട്ട നിഷ്കളങ്കത സമൂഹത്തിന് അംഗീകരിക്കാൻ കഴിയുന്നില്ല. പിഴച്ച ഉമ്മയുടെ പിഴച്ച മകളായി മാത്രമേ സമൂഹം നബീസയെ കാണുന്നുള്ളൂ. അതുകൊണ്ടുതന്നെ അവൾക്കു വേണ്ടി വില പേശാൻ ചിലരെത്തുന്നു. സ്വന്തം ഉമ്മയുടെ ഒത്താശയോടെ പുതുപ്പണക്കാരനായ കുഞ്ഞാലി അവളുടെ ചാരിത്ര്യം കവർന്നെടുക്കുന്നു. ഇതറിയുമ്പോൾ സംഹാരരുദ്രനായി മാറുകയാണ് ബാപ്പുട്ടി. കുഞ്ഞാലിയെ അയാൾ കണക്കിന് മർദ്ദിക്കുന്നു. അപമാനിതയായെങ്കിലും നബീസയെ സ്വന്തമാക്കാനായി ബാപ്പുട്ടി എത്തുന്നു. പക്ഷേ, അഭിമാനിയായ ആ പെൺകുട്ടി അപ്പോഴേക്ക് തന്റെ ജീവനൊടുക്കിക്കഴിഞ്ഞിരുന്നു.

മലയാള സിനിമാപ്രേക്ഷകന് ഏറെയൊന്നും പരിചിതമല്ലാത്ത ഒരു പ്രദേശത്തിന്റെയും ഒരു ജനവിഭാഗത്തിന്റെയും കഥയാണ് *ഓളവും തീരവും*മിൽ അവതരിപ്പിക്കപ്പെട്ടത്. എന്നാൽ, ഒട്ടും തന്നെ അപരിചിതത്വശങ്കയില്ലാതെയാണ് പ്രേക്ഷകസമൂഹം ഈ ചിത്രത്തെ ഏറ്റുവാങ്ങിയത്.

നിർമ്മാല്യം

9

ഓ*ളവും തീരവും* എന്ന ചിത്രം അതുവരെ നിലവിലുണ്ടായിരുന്ന മലയാള സിനിമാഖ്യാനത്തിന്റെ തുടർച്ച തന്നെയായിരുന്നു. അതിനാൽ അത്രയേറെ വ്യത്യസ്തമായിരുന്നുവെങ്കിലും അത് പ്രേക്ഷകനെ അമ്പരപ്പിച്ചില്ല. എന്നാൽ, 1972–ൽ പുറത്തുവന്ന *സ്വയംവരം* സാമാന്യ പ്രേക്ഷകനെ ഞെട്ടിക്കുക തന്നെ ചെയ്തു. കാരണം, അന്നോളം മലയാള സിനിമയിൽ കാണാത്ത ഒരു പരിചരണശൈലിയാണ് ചിത്രത്തിലുടനീളമുണ്ടായിരുന്നത്. പാട്ടുകളേയില്ല. നായകനും നായികയുമുൾപ്പെടെ മൂന്നുനാലുപേരൊഴിച്ചാൽ അറിയപ്പെടുന്ന അഭിനേതാക്കളില്ല. സാധാരണ മലയാളചിത്രങ്ങളിലെ മാതിരി ഉടനീളം പശ്ചാത്തല സംഗീതമില്ല. സംഭാഷണങ്ങളെക്കാൾ കൂടുതൽ നിശ്ശബ്ദത. അടൂർ ഗോപാലകൃഷ്ണന്റെ ഈ കന്നിച്ചിത്രം നല്ല സിനിമയെക്കുറിച്ചുള്ള കേരളീയന്റെ അന്വേഷണത്തെ ത്വരിതപ്പെടുത്തി. നൂതന ശൈലികളുമായി പുതിയ ചലച്ചിത്രകാരന്മാർ രംഗപ്രവേശം നടത്തുന്നതിനും ഫിലിം സൊസൈറ്റികൾ പിറവിയെടുക്കുന്നതിനും അതു നിമിത്തമായി. *സ്വയംവരം* ഉണർത്തിവിട്ട നവാവബോധത്തിന്റെ അലയടിയിലാണ് തൊട്ടടുത്ത കൊല്ലം *നിർമ്മാല്യ*വും അതിനടുത്ത വർഷങ്ങളിൽ *ഉത്തരായണ*വും *അതിഥി*യും *സ്വപ്നാടന*വും *കബനീനദി ചുവന്നപ്പോ*ളുമൊക്കെ നിർമ്മിക്കപ്പെടുന്നത്.

മലയാളത്തിലെ ഉത്തമ സിനിമകളിൽ ചിലതിന്റെ തിരക്കഥാകൃത്തായി പ്രവർത്തിച്ച എം ടി വാസുദേവൻ നായരുടെ ആദ്യ സംവിധാന

എം ടി വാസുദേവൻ നായർ

സംരംഭമാണ് *നിർമ്മാല്യം.* നായകസങ്കല്പത്തിൽ ഒരഴിച്ചുപണി നടത്താൻ ഈ ചിത്രത്തിനു കഴിഞ്ഞു. പ്രായംചെന്ന ഒരു വെളിച്ചപ്പാടാണ് ചിത്രത്തിന്റെ നായകസ്ഥാനത്തു വരുന്നത്. സാമൂഹിക പ്രസക്തിയുള്ള മലയാളചിത്രങ്ങളിൽ യഥാതഥാഭിനയം വഴി ശ്ലാഘയാർജ്ജിച്ചിട്ടുള്ള പി ജെ ആന്റണിയാണ് വെളിച്ചപ്പാടിനെ അവതരിപ്പിച്ചത്. വെളിച്ചപ്പാടിൽ ആത്മസമർപ്പണം നടത്തുകയായിരുന്നു ആന്റണി. അതുവഴി മലയാളത്തിൽ ഒരു നടനു ലഭിക്കുന്ന ആദ്യത്തെ ദേശീയ അവാർഡ് (ഇന്നത്തെ ഭരത് അവാർഡ്) അദ്ദേഹത്തെ തേടിയെത്തി.

ചെമ്മീനു ശേഷം *സ്വയംവരവും നിർമ്മാല്യവും* രാഷ്ട്രപതിയുടെ സ്വർണ്ണമെഡലിന്നർഹത നേടി. *പള്ളിവാളും കാൽച്ചിലമ്പും* എന്ന തന്റെ ചെറുകഥയിൽ നിന്നാണ് എം ടി *നിർമ്മാല്യ*ത്തിന്റെ തിരക്കഥ മിനഞ്ഞെടുത്തത്. തകർച്ചയെ നേരിടുന്ന ഗ്രാമീണക്ഷേത്രമാണ് കഥാപശ്ചാത്തലം. നിത്യനിദാനച്ചെലവുകൾക്കുപോലും ബുദ്ധിമുട്ടുന്ന ആ ക്ഷേത്രത്തെ ആശ്രയിച്ച് മൂന്നുപേർ ജീവിക്കുന്നു – പൂജാരി, മാലകെട്ടുന്ന വാരിയർ,

പിന്നെ വെളിച്ചപ്പാട്. ക്ഷേത്രത്തിലെ വരവ് നിലച്ചതോടെ വെളിച്ചപ്പാടിന്റെ കുടുംബം പട്ടിണിയിലാവുന്നു. പ്രായപൂർത്തിയായ മകളും മകനും വെളിച്ചപ്പാടിനു മുന്നിൽ ചോദ്യചിഹ്നങ്ങളായി നില്ക്കുന്നു. പള്ളിവാൾ മോഷ്ടിച്ചു വില്ക്കാൻ ശ്രമിക്കുന്ന മകൻ നാട്ടിൽനിന്നുതന്നെ ആട്ടിപ്പായിക്കപ്പെടുന്നു. ക്ഷേത്രത്തിലെ പൂജാരി അവിടം വിട്ടുപോകുന്നു. പകരം ഒരു ചെറുപ്പക്കാരനെത്തുന്നു. സർക്കാരുദ്യോഗത്തിനായി പരീക്ഷയെഴുതി കാത്തുനില്ക്കുന്ന ഒരുവൻ.

ഗ്രാമത്തിൽ വസൂരി പടർന്നുപിടിക്കുന്നു. ദേവിയെ പ്രീതിപ്പെടുത്താനായി ഉത്സവം നടത്താൻ തീരുമാനിക്കപ്പെടുന്നു. വെളിച്ചപ്പാട് സന്തോഷഭരിതനായി. എന്നാൽ, തന്റെ വ്യക്തിജീവിതം നേരിടുന്ന തകർച്ചകളെക്കുറിച്ച് അറിയുന്നത് അപ്പോഴാണ്. മകൾക്ക് പൂജാരിയുമായി ബന്ധമുണ്ടാവുന്നു. അയാളുടെ ഭാര്യയാവട്ടെ, പണം കടം കൊടുത്തയാൾക്ക് തന്റെ ശരീരം നല്കുകയാണ്. അയാളുടെ ജീവിതത്തിലേക്കു കടന്നുവന്ന സന്തോഷത്തിന്റെ നുറുങ്ങുവെട്ടം അസ്തമിക്കുന്നു. അന്ന് ക്ഷേത്രത്തിൽ വച്ച് തുള്ളുമ്പോൾ വെളിച്ചപ്പാട് തന്റെ ശിരസ്സിൽ പള്ളിവാൾകൊണ്ട് ആഞ്ഞുവെട്ടുന്നു. ശിരസ്സിൽനിന്ന് ചോര ചീറ്റിത്തെറിക്കുന്നു. വായിൽ നിറഞ്ഞ ചോര അയാൾ ദേവീവിഗ്രത്തിലേക്ക് ആഞ്ഞുതുപ്പുന്നു. ദേവിക്കുള്ള ഉപഹാരമാണോ നിന്ദയാണോ ആ രക്താർച്ചനയെന്ന തീരുമാനം ചലച്ചിത്രകാരൻ പ്രേക്ഷകനു വിട്ടുകൊടുക്കുകയാണ്.

നിർമ്മാല്യം പുറത്തുവന്ന കാലത്ത് ആ കഥാന്ത്യം സഹിഷ്ണുതയോടെ സ്വീകരിക്കപ്പെട്ടു. ഇന്നത്തെ അവസ്ഥയിൽ എന്താവും പ്രേക്ഷകപ്രതികരണമെന്ന് അചിന്ത്യമാണ്.

പ്രമേയത്തിന്റെ വ്യത്യസ്തത കൊണ്ടും നടീനടന്മാരുടെ തിരഞ്ഞെടുപ്പിലെ ഔചിത്യംകൊണ്ടും കേരളീയതയുടെ വർണ്ണബന്ധുരമായ സാന്നിദ്ധ്യം കൊണ്ടും മലയാള സിനിമാവികാസത്തിലെ ഒരു നാഴികക്കല്ലായി നിലകൊള്ളുന്നു *നിർമ്മാല്യം*.

അതിഥി

10

ഇറ്റലിയിൽ രൂപംകൊണ്ട നിയോറിയലിസ്റ്റ് പ്രസ്ഥാനം ലോകമൊട്ടാകെയുള്ള ചലച്ചിത്രകാരന്മാരെ പ്രചോദനം കൊള്ളിച്ചു. യാഥാർത്ഥ്യ ചിത്രീകരണത്തിനു വെമ്പിയ ചലച്ചിത്രകാരന്മാർക്ക് അത് പ്രിയപ്പെട്ട ആവിഷ്കരണോപാധിയായിത്തീർന്നു. ബിമൽ റോയിയും രാജ് കപൂറുമെല്ലാം അതിന്റെ സ്വാധീനത്തിനു വശംവദരായി. എങ്കിലും ഇന്ത്യൻ സിനിമയിൽ അതിന്റെ യഥാർത്ഥ പതാകവാഹകനായത് സത്യജിത് റായിയാണ്. അദ്ദേഹത്തിന്റെ *അപുത്രയം* യഥാതഥ ചിത്രണരീതിയുടെ തിളങ്ങുന്ന മാതൃകയത്രേ. അക്കാലഘട്ടത്തിൽത്തന്നെ റിയലിസ്റ്റിക് സിനിമാസമ്പ്രദായത്തിൽ ചില കാൽവയ്പുകൾ നടത്തിയ മലയാളസിനിമയിൽ നിയോറിയലിസത്തിന്റെ പ്രതിഫലനമുണ്ടാവുന്നത് *സ്വയംവര*ത്തിലൂടെയാണ്. *നിർമ്മാല്യ*വും *ഉത്തരായണ*വും ഈ ആവിഷ്കരണ സമ്പ്രദായത്തെ പിന്തുടർന്നു.

ലോകസിനിമ അപ്പോഴേക്ക് വിവിധ ആവിഷ്കരണ സമ്പ്രദായങ്ങളുടെ സംഗമഭൂമിയായിക്കഴിഞ്ഞിരുന്നു. നിശ്ശബ്ദ സിനിമാകാലഘട്ടത്തിൽത്തന്നെ നിലവിൽ വന്ന ജർമ്മൻ എക്സ്പ്രഷനിസവും അതിനു ശേഷം ഫ്രാൻസിലുണ്ടായ സർറിയലിസവുമൊക്കെ വിഭിന്ന ആവിഷ്കാര സമ്പ്രദായങ്ങളുടെ പ്രോദ്ഘാടനം നിർവഹിച്ചിരുന്നു. ലോകസിനിമാഭൂപടത്തിൽ പുതിയ പുതിയ രാജ്യങ്ങൾ ഇടംപിടിക്കാൻ തുടങ്ങിയതോടെ

ആവിഷ്കാരസങ്കേതങ്ങളുടെ വൈവിദ്ധ്യവും വർദ്ധിച്ചു. ഇന്ത്യൻ സിനിമയാവട്ടെ, യാഥാതഥ്യ വിരുദ്ധമായ ആവിഷ്കാര സങ്കേതങ്ങളോട് മുഖം തിരിച്ചുനിന്നു. ഈ പശ്ചാത്തലത്തിലാണ് 1975 –ൽ പുറത്തുവന്ന *അതിഥി*യുടെ പ്രസക്തി.

കെ പി കുമാരൻ

*സ്വയംവര*ത്തിന്റെ സഹതിരക്കഥാകൃത്തായും സഹസംവിധായകനായും സിനിമയിലേക്കു പ്രവേശിച്ച കെ പി കുമാരന്റെ ആദ്യ സംവിധാന സംരംഭമത്രേ *അതിഥി.* കാത്തിരിപ്പാണ് ചിത്രത്തിലെ കേന്ദ്ര ഭാവം. മാനുഷിക മൂല്യങ്ങൾക്കുണ്ടായ തകർച്ചയെത്തുടർന്ന് യൂറോപ്യൻ കലയിൽ ഇരുപതാം നൂറ്റാണ്ടിന്റെ പൂർവാർദ്ധത്തിൽ കാത്തിരിപ്പ് വ്യർത്ഥമായ ഒരഭ്യാസമായി മാറുന്നത് നാം കാണുന്നു. ഇന്ത്യൻ സിനിമയിലെ നവതരംഗത്തിന്റെ ഉദയദശയിൽ കാത്തിരിപ്പ് പ്രമേയമാക്കിയ ഏതാനും ചിത്രങ്ങൾ പുറത്തു വരികയുണ്ടായി. ഈ ചിത്രങ്ങളിൽ ഒറ്റപ്പെട്ട വ്യക്തിയുടെ, അതും സ്ത്രീയുടെ, കാത്തിരിപ്പിന്റെ ആവിഷ്കരണമാണ് നാം കാണുന്നതെങ്കിൽ, *അതിഥി*യിൽ ഒരു കുടുംബം മുഴുവൻ കാത്തിരിക്കുകയാണ്. ആരെയാണ് അവർ കാത്തിരിക്കുന്നത്? അതിനുള്ള മറുപടിയിലാണ് ഈ ചിത്രം റിയലിസത്തിന്നന്യമായി മാറുന്നത്. ഇവർ ശേഖരൻ എന്നു പേരുള്ള ഒരു വ്യക്തിയെയാണ് കാക്കുന്നത്. "ആരാണ് ശേഖരൻ?" എന്നൊരാൾ ചോദിക്കുമ്പോൾ കരുണന്റെ മറുപടി ഇതാണ്: "ഈ വീട്ടിലെ അതിഥി – ലക്ഷപ്രഭു, ഉദാരൻ". എന്നാൽ വീട്ടിലെ ഓരോ അംഗത്തിനുംവേണ്ട ഓരോ വ്യത്യസ്ത വ്യക്തിയാണ്. അഥവാ, ഓരോരുത്തർക്കും അത് വ്യത്യസ്തമായ ഒരു ഭാവമാണ്.

ജീർണ്ണാവസ്ഥയിലെത്തിയ ഒരു കുടുംബമാണ് *അതിഥി*യുടെ പശ്ചാത്തലം. കേസും കോടതിയുമായി നടക്കുന്ന വൃദ്ധൻ, ബിസിനസ്സ് പൊളിഞ്ഞശേഷം കഞ്ചാവും ചീട്ടുകളിയുമായി വീട്ടിൽ ഒതുങ്ങിക്കൂടിയിരിക്കുന്ന മരുമകൻ കരുണൻ, ഉത്തരവാദിത്വശൂന്യതകളുടെ നടുവിൽ അസംതൃപ്ത മോഹങ്ങളുമായി ദൈനംദിന കുടുംബഭരണം മുന്നോട്ടുകൊണ്ടുപോകാൻ തത്രപ്പെടുന്ന മകൾ രമണി, ചുറ്റുപാടുമുള്ള ജീർണ്ണതയറിയാതെ ജീവിതത്തെ ഉത്സവമായിക്കാണുന്ന അനുജത്തി നവയൗവനയുക്തയായ ലത – ഈ നാലുപേരുമാണ് സമൂഹത്തിൽ നിന്നും ഒറ്റപ്പെട്ടു നില്ക്കുന്ന ആ വീട്ടിലെ അന്തേവാസികൾ. കൂടക്കൂടെ അവിടെ സന്ദർശിക്കാനെത്തുന്ന മെക്കാനിക് രാഘവൻ ആ കുടുംബത്തിന്റെ ഒര

ത്താണിയാണ്. ലതയ്ക്ക് പടർന്നുകയറാനുള്ള മരം മറ്റുള്ളവർക്ക് തണൽ നല്കുന്നുണ്ട്. വൃദ്ധന് കേസ് നടത്താൻ സഹായം, കരുണന് ഇടയ്ക്കിടെ കൈവായ്പകൾ, രമണിക്ക് ആശയവിനിമയം നടത്താനുള്ള അവസരം – ഇതൊക്കെ അയാളിലൂടെ ലഭിക്കുന്നു.

പുറത്തുനിന്നും ഇടയ്ക്കിടെ ആ വീട്ടിലേക്കെത്തുന്ന ചീട്ടുകളിക്കാരുണ്ട്. അവരെത്തുമ്പോൾ കരുണൻ മയക്കത്തിൽ നിന്നുണരുന്നു. കരുണൻ പാപ്പരായിക്കഴിഞ്ഞു എന്നു മനസ്സിലാക്കുന്നതോടെ അവർ എന്നെന്നേക്കുമായി ആ വീട്ടിൽ നിന്നിറങ്ങിപ്പോകുന്നു. ഈ സന്ദർഭത്തിലാണ് ശേഖരൻ വരുന്നുവെന്നറിയിച്ചുകൊണ്ടുള്ള കമ്പി സന്ദേശം അവർക്കു ലഭിക്കുന്നത്. അതോടെ ആ കുടുംബാന്തരീക്ഷത്തിൽ പ്രതീക്ഷയുടെ നാമ്പുകൾ തലനീട്ടുന്നു.

ശേഖരൻ രമണിയുടെ പൂർവ്വ കാമുകനായിരുന്നു എന്ന ഊഹത്തെ അവലംബിച്ച് അയാളുടെ ആഗമനത്തിലും അയാളുടെ സഹായത്തോടെ ബിസിനസ്സ് വീണ്ടുമാരംഭിക്കുന്നതിലും കരുണൻ താല്പര്യം കാട്ടുന്നില്ല. എന്നാൽ വൃദ്ധൻ അത്യുത്സാഹവാനാണ്. രാഘവനോട് പണം ചോദിച്ചിട്ട് കിട്ടാതെ വരുമ്പോൾ വൃദ്ധൻ പറയുന്നു: "നിന്റെ ഓശാരമൊന്നും ഇവിടെയാർക്കും വേണ്ട. ശേഖരനൊന്നിങ്ങു വന്നോട്ടെ. എല്ലാം പലിശ സഹിതം തന്നേക്കാം. ഇനി നിന്റെ കാശ് എനിക്കൊട്ട് ആവശ്യോം ഇല്ല." ലതയാണെങ്കിൽ ശേഖരൻ എന്ന സൗഭാഗ്യസ്മൃതിയിൽ രാഘവനോടുള്ള പ്രണയത്തെത്തന്നെ നിരാകരിക്കുകയാണ്. തന്നോടൊപ്പം വരാൻ രാഘവൻ വിളിക്കുമ്പോൾ അവളുടെ മറുപടി ഇതാണ്: "ശേഖരേട്ടൻ വരാതെ ഞാനെങ്ങും പോവുകയില്ല."

ശേഖരൻ വന്നുവെന്ന് വൃദ്ധൻ പറയുന്നുണ്ടെങ്കിലും അയാൾ വന്നതായി നാം കാണുന്നില്ല. എന്നാൽ ശേഖരൻ വന്നുവെന്ന അറിയിപ്പിനെത്തുടർന്ന് കഥാപാത്രപരിണാമങ്ങൾ ദ്ധടുതിയിലാവുന്നു. ഒരു സ്വപ്നലോകത്തിലെന്നപോലെ അവർ മാറ്റങ്ങൾക്ക് വിധേയരാവുന്നു. ശേഖരൻ പോയി എന്ന അറിയിപ്പുണ്ടാകുമ്പോഴേക്ക് ഈ മാറ്റങ്ങളെല്ലാം തിരിച്ചടി നേരിടുന്നു. കുടുംബത്തിൽ യാഥാർത്ഥ്യബോധം പുലർത്തുന്ന ഏക അംഗമായ രമണി പ്രായോഗികചിന്തയുടെ മൂർത്തരൂപമായ രാഘവനോടൊപ്പം ജീർണ്ണതയുടെ ആ കൂടാരം വിട്ടു യാത്രയാവുന്നു.

*സ്വയംവര*ത്തിൽ പ്രകടമായ ഉത്തമസിനിമാസവിശേഷതകൾ ഫോർമുലയായി രൂപംകൊള്ളാൻ തുടങ്ങിയ സമയത്താണ് *അതിഥി* പുറത്തുവരുന്നത്. എന്നാലിച്ചിത്രം ഫോർമുലകൾക്കുള്ളിലൊതുങ്ങിയില്ല. മുഖ്യധാരാ ചിത്രങ്ങളുടെ മുഖ്യാകർഷണമായിരുന്ന വയലാർ–ദേവരാജൻ ടീമിന്റെ ഗാനങ്ങൾ ഇതിലുമുണ്ടായിരുന്നു. പ്രശസ്തരും കരുത്തരുമായ അഭിനേതാക്കളാണ് ഇതിൽ വേഷമിട്ടത്. കരുണനായി പി ജെ ആന്റണിയും വൃദ്ധനായി കൊട്ടാരക്കരയും രമണിയായി ഷീലയും തങ്ങളുടെ കരിയറിലെ ഏതാണ്ടവസാനത്തെ മുഖ്യവേഷങ്ങൾ കൈകാര്യം ചെയ്തപ്പോൾ താരതമ്യേന നവാഗതനായ ബാലൻ കെ നായർ ഇതിലെ രാഘവനിലൂടെ തന്റെ സമ്പന്നമായ അഭിനയജീവിതത്തിന് തുടക്കം കുറിക്കുകയായിരുന്നു.

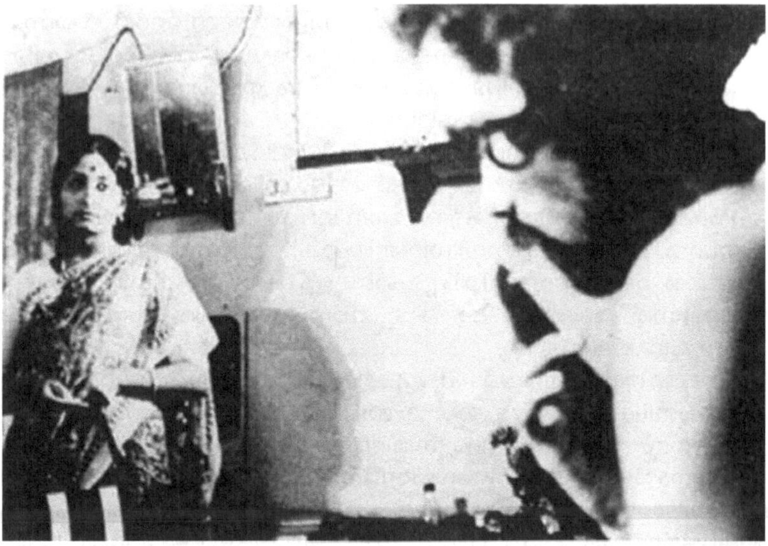

11

കബനീനദി ചുവന്നപ്പോൾ

സിനിമാരംഗത്ത് സാമാന്യം ശക്തമായ സെൻസർഷിപ്പ് നിലനില്ക്കുന്ന രാജ്യമാണ് ഇന്ത്യ. രാഷ്ട്രീയ പരാമർശങ്ങളിലും നഗ്നതാ പ്രകടനങ്ങളിലുമാണ് മിക്കപ്പോഴും സെൻസർഷിപ്പിന്റെ ഖഡ്ഗം പതിക്കുക. ഇതുമൂലം രാഷ്ട്രീയ പ്രമേയങ്ങളിൽ ഇന്ത്യൻ ചലച്ചിത്രകാരന്മാർ സ്വയം നിയന്ത്രണമേർപ്പെടുത്താറുണ്ട്. ഇന്ത്യയിൽ രാഷ്ട്രീയമാനങ്ങളുള്ള സിനിമകൾ പുറത്തുവരാതിരിക്കാനുള്ള കാരണം ഇതുതന്നെയാണ്.

നിലവിലുള്ള സെൻസർ വ്യവസ്ഥകൾ കർക്കശമാക്കുകയാണ് അടിയന്തരാവസ്ഥക്കാലത്ത് സംഭവിച്ചത്. പത്രങ്ങൾക്കുപോലും സെൻസർഷിപ്പ് ഏർപ്പെടുത്തപ്പെട്ടു. ചലച്ചിത്രങ്ങളിൽ നിന്ന് കൂടുതൽ ഭാഗങ്ങൾ മുറിച്ചുമാറ്റപ്പെട്ടു. ഈ പശ്ചാത്തലത്തിലാണ് വ്യക്തമായ രാഷ്ട്രീയ സംവാദങ്ങളുള്ള *കബനീനദി ചുവന്നപ്പോൾ* പുറത്തിറങ്ങുന്നത് (1976). സെൻസർഷിപ്പിന്റെ പരിക്കുകളോടെയാണ് ചിത്രം പുറത്തുവന്നത്. ആ കാലഘട്ടത്തിൽ ഇത്തരത്തിലൊരു ചിത്രം പുറത്തിറക്കാൻ അസാധാരണമായ ധീരത തന്നെ വേണ്ടിയിരുന്നു.

ഇതിന്റെ സംവിധായകനായ പി എ ബക്കർ ഫിലിം ഇൻസ്റ്റിറ്റ്യൂട്ടിൽ നിന്നോ ആർട് ഫിലിം പരിസരങ്ങളിൽ നിന്നോ വന്ന ആളായിരു

ന്നില്ല. ജനപ്രിയ സിനിമകളുടെ നിർമ്മാണ കാര്യദർശിയെന്ന നിലയ്ക്കാണ് ബക്കറിന്റെ സിനിമാപ്രവേശമുണ്ടായത്. *ചെമ്മീൻ* പോലെ ഖ്യാതിയാർജ്ജിച്ച പല ചിത്രങ്ങളോടുമൊപ്പം സഹകരിക്കാൻ അദ്ദേഹത്തിനു കഴിഞ്ഞു. തുടർന്ന് *ഓളവും തീരവും* എന്ന ചിത്രത്തിന്റെ നിർമ്മാതാവായി. ഇവിടെ നിന്നങ്ങോട്ട് അദ്ദേഹം ഉത്തമസിനിമയുടെ സഹയാത്രികനായി മാറി.

പിൽക്കാലത്ത് സംവിധായകനെന്ന നിലയ്ക്ക് പ്രശസ്തിയാർജ്ജിച്ച പവിത്രനാണ് *കബനീ നദി ചുവന്നപ്പോൾ* നിർമ്മിച്ചത്. *യാരോ ഒരാൾ, ഉപ്പ്, ഉത്തരം* തുടങ്ങിയ ചിത്രങ്ങളിലൂടെ മലയാള സിനിമയിൽ ഇടം നേടിയ പവിത്രന്റെ ചലച്ചിത്രപാഠശാലയായിരുന്നു *കബനീ നദി ചുവന്നപ്പോൾ.*

എഴുപതുകൾ കേരളത്തെ സംബന്ധിച്ചിടത്തോളം നക്സലിസത്തിന്റെ ഉദയവും അതുപോലെ അസ്തമയവും കണ്ട കാലഘട്ടമാണ്. *കബനീ നദി ചുവന്നപ്പോൾ* എന്ന ശീർഷകം കോളിളക്കം സൃഷ്ടിച്ച ഒരു നക്സലൈറ്റ് ഓപ്പറേഷന്റെ ഓർമ്മയുണർത്തും. എന്നാൽ അതുമായി വിദൂരസാമ്യം പോലും കഥാവസ്തുവിനില്ല. 'മനുഷ്യൻ അപരന്റെ വാക്കുകൾ സംഗീതംപോലെ ആസ്വദിക്കുന്ന ഒരു കാല'ത്തിനു വേണ്ടി ആത്മാർപ്പണം ചെയ്ത ഗോപിയാണ് ഇതിലെ കഥാനായകൻ. സ്ക്രീനിൽ ഒരു പന്തത്തിന്റെ ജ്വാല തെളിഞ്ഞു തെളിഞ്ഞു വരുന്നിടത്താണ് ചിത്രം തുടങ്ങുന്നത്. നഗരത്തിൽ തന്റെ കാമുകിയുടെ അടുത്ത് ഒളിച്ചുതാമസിക്കാൻ എത്തുകയാണ് ഗോപി. കോളേജിൽവച്ച് താനാരാധിച്ചിരുന്ന ഗോപിയിൽ വന്ന മാറ്റങ്ങൾ അവളെ ആശങ്കാകുലയാക്കുന്നു. പയ്യെപ്പയ്യെ അവന്റെ പ്രത്യയശാസ്ത്രത്തെക്കുറിച്ചവൾ മനസ്സിലാക്കുന്നു. ഒരുനാൾ അവൻ അവളെ വിട്ടുപോകുന്നു. പിന്നെ അവൾ അറിയുന്നത് അവൻ കൊല്ലപ്പെട്ടു എന്ന വാർത്തയാണ്. *കബനീനദി*യുടെ കഥാസ്വരൂപം ഇത്രമാത്രമേയുള്ളൂ. ഒട്ടുമേ സംഭവബഹുലമല്ലാത്ത ജീവിതമുഹൂർത്തങ്ങളിലൂടെയാണ് കഥ വികസിക്കുന്നത്. കാമുകിയുടെ പ്രതികരണവും അവന്റെ പ്രത്യയശാസ്ത്രവിശ്വാസങ്ങൾ അവളുടെ മനസ്സിലേക്കു കടക്കുന്നതുമാണ് മുഖ്യമായ സംഗതി. അങ്ങനെ പ്രചോദിപ്പിക്കപ്പെടുന്നതുകൊ

പി എ ബക്കർ

ണ്ടാണ് ചിത്രാന്ത്യത്തിൽ ഗോപിയുടെ മരണവാർത്ത അറിയുന്ന അവളുടെ നടത്തയ്ക്ക് വേഗത കൂടിക്കൂടി വരുന്നതായി അവതരിപ്പിക്കപ്പെടുന്നത്. അവന്റെ വിശ്വാസങ്ങളിലേക്ക് അവൾ സ്വയം അർപ്പിക്കപ്പെടുന്നുവെന്നാണ് ഈ ദൃശ്യം വിളിച്ചോതുന്നത്.

അറിയപ്പെടുന്ന നടീനടന്മാർ അശേഷമില്ല ഈ ചിത്രത്തിൽ. ഇതിന്റെ നിർമ്മാതാവായ പവിത്രൻ പിന്നീട് പ്രശസ്തനായ സംവിധായകനായതുപോലെ, ഇതിലെ നായകനും പിന്നീട് മലയാളത്തിലെ ലബ്ധപ്രതിഷ്ഠനായ സംവിധായകനായി പരിണമിക്കുകയുണ്ടായി. *പൊന്തൻമാട*യുടെയും *മങ്കമ്മ*യുടെയും *ഡാനി*യുടെയുമൊക്കെ സംവിധായകനായ ടി വി ചന്ദ്രനാണ് ഇതിലെ നായകനായ ഗോപിയെ അവതരിപ്പിച്ചിരിക്കുന്നത്.

ഇന്നും മലയാളത്തിൽ രാഷ്ട്രീയ സിനിമകൾ ഏറെയില്ലെന്നുള്ള യാഥാർത്ഥ്യം കണക്കിലെടുക്കുമ്പോൾ *കബനീ നദി ചുവന്നപ്പോഴി*ന്റെ പ്രസക്തിയെ തള്ളിപ്പറയാനാവില്ല. *മണിമുഴക്ക*വും *ചുവന്ന വിത്തുക*ളും *സംഘഗാന*വുമടക്കം പല ശ്രദ്ധേയചിത്രങ്ങളും ബക്കർ പിന്നീട് സംവിധാനം ചെയ്യുകയുണ്ടായെങ്കിലും *കബനീനദി* തന്നെയാണ് അദ്ദേഹത്തിന്റെ ഏറ്റവും മികച്ച സൃഷ്ടിയെന്ന് നിസ്സംശയം പറയാം.

കാഞ്ചനസീത

12

*സ്വയംവര*ത്തിനു പിന്നാലെ മലയാളസിനിമയിലുണ്ടായ നവതരംഗാമനത്തെക്കുറിച്ച് മുൻപ് സൂചിപ്പിച്ചുവല്ലോ. ആ ചിത്രങ്ങളിൽ ഏറ്റവും പ്രധാനപ്പെട്ട ഒന്നായിരുന്നു *ഉത്തരായണം. മാതൃഭൂമി* ആഴ്ചപ്പതിപ്പിലെ *ചെറിയ മനുഷ്യരും വലിയ ലോകവും* എന്ന കാർട്ടൂൺ പരമ്പരവഴി ഏറെ പ്രശസ്തി നേടിയ അരവിന്ദന്റെ പ്രഥമ ചലച്ചിത്ര സംരംഭമായിരുന്നു അത്. *സ്വയംവര*മെന്നപോലെ *ഉത്തരായണ*വും നിയോറിയലിസത്തിന്റെ സ്വാധീനത്തിനു വഴങ്ങിയ ചലച്ചിത്രമാണ്. എന്നാൽ, പുതിയ ആവിഷ്കാര സങ്കേതങ്ങളിലേക്കു നീങ്ങാനുള്ള അരവിന്ദന്റെ ത്വര *ഉത്തരായണ*ത്തിൽത്തന്നെ അന്തർലീനമായിരുന്നു.

വ്യത്യസ്തതയ്ക്കു വേണ്ടിയുള്ള അരവിന്ദന്റെ ആ അന്വേഷണത്തിന്റെ ആദ്യഫലമാണ് *കാഞ്ചനസീത* (1978). സി എൻ ശ്രീകണ്ഠൻ നായരുടെ പ്രകൃഷ്ടമായ നാടകത്രയത്തിൽ ആദ്യത്തേതായ *കാഞ്ചനസീത*യെ അവലംബിച്ചാണ് അരവിന്ദൻ ചിത്രം സംവിധാനം ചെയ്തിരിക്കുന്നത്. എന്നാൽ, ശീർഷകവും ഏതാനും സംഭാഷണങ്ങളും പകർത്തിയിരിക്കുന്നു എന്നല്ലാതെ നിയതമായ അർത്ഥത്തിൽ അതിനെ ഒരു ആശയാനുവാദമെന്നു പറഞ്ഞുകൂടാ. അത്രമേൽ സ്വതന്ത്രവും മൗലികവുമായ

ഒരു ചലച്ചിത്രകൃതിയാണത്.

പുരാണേതിഹാസങ്ങളുടെ ചലച്ചിത്രാവിഷ്കരണം രണ്ടു പ്രകാരത്തിൽ സംഭവിക്കാറുണ്ട്. പുതിയ വ്യാഖ്യാനങ്ങൾക്കോ സമീപനങ്ങൾക്കോ ഒരുമ്പെടാതെ പുരാണകഥയെ അതിന്റെ സമസ്ത വർണ്ണപ്പകിട്ടുകളോടെയും അവതരിപ്പിക്കുകയാണ് ഒരു മാർഗ്ഗം. സെസിൽ ബി ഡി മില്ലിയുടെ ചിത്രങ്ങളും *ബൈബിളും ബെൻഹറു*മൊക്കെ ഉദാഹരണങ്ങൾ. രണ്ടാമത്തേത്, സ്വകീയമായ പുനരാഖ്യാനത്തിന്റെ വഴിയാണ്. സമകാലീനമായ ഏതെങ്കിലും അവസ്ഥാവിശേഷത്തിന്റെ പശ്ചാത്തലത്തിൽ പുരാണകഥ പുനരാവിഷ്കരിക്കപ്പെടുന്നു. സാഹിത്യത്തിൽനിന്ന് ഉദാഹരണം കടംകൊണ്ടാൽ, പുരാണത്തിലെ കാളിയമർദ്ദനകഥാഭാഗം ബ്രിട്ടീഷ് അധിനിവേശത്തിന് താക്കീതെന്ന മട്ടിൽ വള്ളത്തോളും അടിയന്തരാവസ്ഥയെ എതിർക്കാനായി കാക്കനാടനും ഉപയോഗിച്ചിരിക്കുന്നതു ചൂണ്ടിക്കാട്ടാം. ഈ രണ്ടു മാർഗ്ഗങ്ങളും ഇന്ത്യൻ സിനിമയിൽ നാം കാണുന്നില്ല. ഉദ്ദിഷ്ടകാര്യനിർവ്വഹണവും ഇഷ്ടപ്പെട്ട കല്യാണങ്ങൾ നടത്തിക്കൊടുക്കലുമാണ് ദൈവത്തിന്റെ കടമയെന്നു സ്ഥാപിക്കുന്ന അപഹാസ്യമായ പുരാണചിത്രങ്ങളാണ് നമുക്കുണ്ടായിരുന്നത്. അതിൽനിന്നു വ്യത്യസ്തമായ രീതിയിലാണ് അരവിന്ദൻ പുരാണകഥയെ സമീപിക്കുന്നത്. ഗൗരവതരമായ സമീപനത്തിനു തയ്യാറായ ഇന്ത്യയിലെ ആദ്യത്തെ പുരാണചിത്ര സംരംഭമെന്ന് *കാഞ്ചനസീത*യെ വിശേഷിപ്പിക്കാം.

രാജാവായ രാമനും ലൗകിക മനുഷ്യനായ രാമനും തമ്മിലുള്ള സംഘട്ടനമാണ് *കാഞ്ചനസീത*യിലെ പ്രതിപാദ്യം. *ഉത്തരരാമായണ*ത്തിലെ കഥാസന്ദർഭമാണ് ഇവിടെ സ്വീകരിക്കപ്പെട്ടിട്ടുള്ളത്. പ്രജാഹിതം

അരവിന്ദൻ

മാനിച്ച് സീതയെ കാട്ടിലുപേക്ഷിച്ച രാമൻ അശ്വമേധയാഗത്തിനൊരുങ്ങുകയാണ്. യാഗത്തിൽ യജമാനപത്നി അത്യന്താപേക്ഷിതമാണല്ലോ. അതിനാൽ സീതയെ മടക്കിക്കൊണ്ടുവരണമെന്നുള്ള ആവശ്യങ്ങളുയരുന്നു. അതിനെ പ്രതിരോധിക്കുന്ന രാമൻ സീതയ്ക്കു പകരം സീതയുടെ കാഞ്ചനപ്രതിമയെയാണ് യാഗത്തിനായി നിയോഗിക്കുന്നത്.

ഈ കഥാമുഹൂർത്തത്തെ സംഘർഷഭരിതമാക്കുകയാണ് സി എൻ ശ്രീകണ്ഠൻ നായർ ചെയ്തതെങ്കിൽ വൈകാരികതയെ ഒഴിവാക്കുകയാണ് അരവിന്ദൻ ചെയ്തത്. അതിനായി ചിത്രത്തിലുടനീളം മന്ദതാളം ദീക്ഷിച്ചു. സംഭാഷണങ്ങൾ നാമമാത്രമാക്കി. പ്രേക്ഷകാഭിമുഖ്യമുണ്ടാകാവുന്ന അഭിനേതാക്കളെ ഒഴിവാക്കി. തങ്ങൾ രാമന്റെ വംശജരാണെന്നവകാശപ്പെടുന്ന ആന്ധ്രയിലെ ഒരു ഗോത്രവംശത്തിൽപ്പെടുന്നവരാണിതിലെ അഭിനേതാക്കൾ. വസൂരിക്കലകളുള്ള ലക്ഷ്മണൻ മലയാളസിനിമാപ്രേക്ഷകരെ ശരിക്കും ഞെട്ടിച്ചുകളഞ്ഞു. സീതയാവട്ടെ, കഥാപാത്രമെന്ന നിലയിൽ ഗോചരമാവുന്നുമില്ല. സീത പ്രകൃതിയാണ് എന്ന തത്ത്വത്തെ ആധാരമാക്കി സീതയ്ക്കു പകരം പ്രകൃതിയെയാണ് അരവിന്ദൻ പ്രതിഷ്ഠിക്കുന്നത്. സീത എന്ന പ്രകൃതി കേവലം ബാഹ്യപ്രകൃതി അല്ലെന്നും അതിനാൽ അരവിന്ദന്റെ ആവിഷ്കരണം പിശകാണെന്നും ഒരു വിമതപക്ഷമുണ്ട്.

അതെന്തായാലും മലയാളസിനിമയെ സംബന്ധിച്ചിടത്തോളം അമ്പരിപ്പിക്കുന്ന ഒരനുഭവമായിരുന്നു *കാഞ്ചനസീത* എന്ന കാര്യത്തിൽ പക്ഷാന്തരമില്ല. ഒരേ ശൈലിയും ഒരേ പ്രമേയവും ആവർത്തിച്ചുവന്നാൽ, ഏതു കലാപ്രസ്ഥാനത്തെയും അതു മുരടിപ്പിച്ചുകളയും. എത്രതന്നെ അഭിപ്രായവ്യത്യാസങ്ങൾ സൃഷ്ടിച്ചാലും, ഇത്തരം വേറിട്ട സംരംഭങ്ങളാണ് സിനിമയ്ക്ക് വൈവിദ്ധ്യം നല്കുന്നത്. ആ നിലയ്ക്ക് മലയാളത്തിലെ പ്രസക്തമായ ഒരു ചലച്ചിത്രകൃതിയായി *കാഞ്ചനസീത* അവശേഷിക്കുന്നു.

13

പെരുവഴിയമ്പലം

മലയാളസിനിമയുടെ ആരംഭകാലം തൊട്ട് കഥാകൃത്തുക്കളായോ തിരക്കഥാകൃത്തുക്കളായോ സാഹിത്യകാരന്മാരുടെ പങ്കാളിത്തമുണ്ടായിട്ടുണ്ട്. അചിരേണ സംവിധാനരംഗത്തും സാഹിത്യകാരന്മാർ സാന്നിദ്ധ്യമറിയിച്ചു. നടൻ എന്ന നിലയിൽ കൂടുതൽ പ്രശസ്തി നേടിയെങ്കിലും, നാടകകൃത്തും കവിയും കൂടിയായിരുന്ന തിക്കുറിശ്ശി സുകുമാരൻ നായരെ സംവിധാനകർമ്മം നിർവഹിച്ച ആദ്യ സാഹിത്യകാരനായി എണ്ണാം (ആദ്യചിത്രം – ശരിയോ തെറ്റോ? – 1953) തുടർന്ന് കവിയായ പി ഭാസ്കരൻ രംഗത്തെത്തി. സംവിധായക വേഷമണിയുന്ന ആദ്യത്തെ കഥാകൃത്ത് എം ടി വാസുദേവൻ നായരാണ്. കഥാകൃത്തും നോവലിസ്റ്റുമായ പി പദ്മരാജനും എം ടിയെപ്പോലെ തിരക്കഥയിലൂടെയാണ് സിനിമയിലേക്കു കടന്നത്. ഭരതൻ സംവിധാനം ചെയ്ത *പ്രയാണ*മാണ് പദ്മരാജൻ തിരക്കഥാരചന നിർവ്വഹിച്ച ആദ്യചിത്രം (1975). *സ്വയംവര*ത്തെത്തുടർന്നുണ്ടായ നവസിനിമയുടെ പ്രചോദനകാലത്താണ് ഈ ചിത്രവും പിറവിയെടുക്കുന്നത്. *ഇതാ ഇവിടെ വരെ, രതി നിർവ്വേദം, തകര* തുടങ്ങിയ ചിത്രങ്ങളിൽ ഉപയോഗിക്കപ്പെട്ട മൂലകഥ പദ്മരാജന്റേതാണ്. തിരക്കഥയും അദ്ദേഹത്തിന്റേതുതന്നെ ആയിരുന്നു. ഈ ചിത്രങ്ങളൊക്കെയും നവതരംഗഘട്ടത്തിലെ പ്രകൃഷ്ട ചിത്രങ്ങളോടൊപ്പം ശ്രദ്ധ നേടി. എന്നാൽ അവയ്ക്ക് അപ്രാപ്യമായ സാമ്പത്തികവിജയം

അനായാസം നേടിയെടുക്കുകയും ചെയ്തു.

ഈ പശ്ചാത്തലത്തിൽ സാമ്പത്തികവിജയം ഉറപ്പാക്കാവുന്ന ഒരു ചിത്രം തന്നെ തന്റെ കന്നിസംരംഭമായി ചെയ്യുവാൻ പദ്മരാജന് പ്രയാസമുണ്ടായിരുന്നില്ല. എന്നാൽ സംവിധാനരംഗത്തേക്കിറങ്ങിയ അദ്ദേഹത്തിന്റെ സ്വപ്നം അതായിരുന്നില്ല. ജനപ്രിയ ഫോർമുലകളെ പൂർണ്ണമായും നിരാകരിച്ച ഒരു ചിത്രമാണ് അദ്ദേഹം സംവിധാനം ചെയ്തത്. ഒപ്പം കലാപരമായ സിനിമയ്ക്ക് അനിവാര്യമായി കരുതിയിരുന്ന മന്ദതാളം അദ്ദേഹം കൈയൊഴിയുകയും ചെയ്തു. അതുകൊണ്ടുതന്നെ രസകരമായ ഒരു ദർശനാനുഭവമായി മാറി അദ്ദേഹത്തിന്റെ ആദ്യ സംവിധാന സംരംഭമായ *പെരുവഴിയമ്പലം* (1979).

നാടോടിക്കഥകളുടെ അയത്നലളിതമായ ആഖ്യാനശൈലിയാണ് പദ്മരാജന്റെ കഥപറച്ചിലിന്റെ സവിശേഷത. നാട്ടിൻപുറത്തിന്റെ പശ്ചാത്തലത്തിലുള്ള കഥകളിലാണ് അദ്ദേഹത്തിന്റെ ആവിഷ്കരണവിരുത് കൂടുതൽ പ്രകാശക്ഷമമായിട്ടുള്ളത്. സമകാലിക സാഹിത്യകാരന്മാരും കലാപരമായ സിനിമയുടെ പ്രയോക്താക്കളും രതിയെ ഭയത്തോടും നിയന്ത്രണബോധത്തോടും കൂടിയാണു സമീപിച്ചിരുന്നതെങ്കിൽ പദ്മരാജന് ഈ വിഷയത്തിൽ തുറന്ന സമീപനമാണുണ്ടായിരുന്നത്. രതിയുടെ സൗന്ദര്യാത്മകമായ മുഹൂർത്തങ്ങൾ പദ്മരാജന്റെ തിരക്കഥകളിലും ചിത്രങ്ങളിലും സുലഭമായുണ്ട്. മലയാളസിനിമയുടെ ഏകതാനതയെ ഭഞ്ജിച്ച തിരുമുറിവുകളാണവ.

പത്മരാജൻ

പെരുവഴിയമ്പലം ഒരു ശാശ്വത യാഥാർത്ഥ്യത്തിന്റെ സ്ഫുടീകരണമാണ്. 'കയ്യൂക്കുള്ളവൻ കാര്യക്കാരൻ' എന്ന നാടൻ ചൊല്ലിന്റെ ഒരു വിപുലീകരണം എന്നും പറയാം. ഭയത്തിന്റെ മുൾമുനയിൽ തങ്ങളെ നിർത്തുന്നവരോടുള്ള സമൂഹത്തിന്റെ വിധേയത്വം. നാടിനെ വിറപ്പിക്കുന്ന ചട്ടമ്പിയാണ് പ്രഭാകരൻപിള്ള. ഒരു ബലാത്സംഗക്കേസിൽ ജയിലിലായിരുന്ന അയാൾ ശിക്ഷകഴിഞ്ഞ് പുറത്തിറങ്ങുന്നിടത്തു നിന്നാണ് കഥയാരംഭിക്കുന്നത്. വാണിയൻ കുഞ്ചുവിന്റെ മകൻ രാമന് രണ്ടു സഹോദരിമാരുണ്ട്. അതിനാൽ അവൻ പ്രഭാകരൻപിള്ളയെ ഭയക്കുന്നു. തന്റെ സഹോദരിയെ അപമാനിക്കാൻ തുടങ്ങുന്ന പ്രഭാകരൻപിള്ളയോടവൻ എതിരിടുന്നു. അടുത്ത ഉത്സവകാലത്ത് അവന് തിരിച്ചടി കൊടുക്കുമെന്ന് പ്രഭാകരൻപിള്ള പ്രതിജ്ഞയെടുക്കുന്നു. ഉത്സവസമയത്ത് പ്രഭാകരൻപിള്ളയോട് ആത്മരക്ഷാർത്ഥം എതിരിടുന്ന രാമൻ യാദൃച്ഛികമായി അയാളെ

കൊല്ലാനിടവരുന്നു. ഭയന്നോടുന്ന രാമൻ പലേടത്തും അഭയം തേടുന്നു. ഒളിജീവിതം മടുത്ത് അവൻ നാട്ടിലേക്കു തിരിച്ചുവരുന്നു. സകലരും അവനെ ഭയത്തോടെ നോക്കുന്നു. കൂട്ടത്തിൽ പ്രഭാകരൻപിള്ളയുടെ വെപ്പാട്ടിയുടെ മകനായ ചെറിയ കുട്ടി പകയെരിയുന്ന കണ്ണുകളോടെ തന്നെ നോക്കുന്നതും അവൻ കാണുന്നു.

യാദൃച്ഛികമെങ്കിലും ഒരു വെല്ലുവിളിയുയർത്താൻ കഴിയുന്നവനെ ഭീതിയോടെ കാണുകയും അനുസരിക്കുകയുമാണ് സാധാരണ ജനങ്ങളുടെ രീതി. അജയ്യനായി വിലസുന്ന അയാളാവട്ടെ, തനിക്ക് പ്രതിയോഗിയാകാൻ കെല്പുള്ളവനെപ്പറ്റി ഭയാശങ്കകൾ സൂക്ഷിക്കുന്നു. ഈ ഭയത്തെ വ്യക്തിതലത്തിൽ നിന്നും നമുക്ക് രാഷ്ട്രീയതലത്തിലേക്കും അന്താരാഷ്ട്രതലത്തിലേക്കുമെല്ലാം വികസിപ്പിച്ചുകൊണ്ടുവരാനും കഴിയും.

ലബ്ധപ്രതിഷ്ഠരായ നടീനടന്മാരെ ഒഴിവാക്കിക്കൊണ്ടാണ് പദ്മരാജൻ *പെരുവഴിയമ്പലം* ഒരുക്കിയെടുത്തത്. വാണിയൻ കുഞ്ചുവിന്റെ മകൻ രാമനായി അവതരിപ്പിക്കപ്പെടുന്ന അശോകൻ പില്ക്കാലത്ത് മലയാളസിനിമയിൽ സ്വന്തം ഇടം നേടുകയുണ്ടായി. പ്രഭാകരൻപിള്ളയുടെ വേഷമിട്ട അസീസിന് തന്റെ ജീവിതത്തിൽ ലഭിക്കുന്ന ഏറ്റവും മികച്ച വേഷമായിരുന്നു അത്.

കഥാഘടനയിലും പരിചരണശൈലിയിലും അന്നു നിലവിലുണ്ടായിരുന്ന രണ്ടുതരം ചലച്ചിത്രസമ്പ്രദായങ്ങളോടും – മുഖ്യധാരയോടും കലാസിനിമയോടും – കലാപത്തിലേർപ്പെടുന്ന ചിത്രമാണ് *പെരുവഴിയമ്പലം.*

14

എലിപ്പത്തായം

മലയാളത്തിലെ നവസിനിമാപ്രസ്ഥാനത്തിന്റെ പ്രോദ്ഘാടകനാണ് അടൂർ ഗോപാലകൃഷ്ണൻ. പൂനാ ഫിലിം ഇൻസ്റ്റിറ്റ്യൂട്ടിൽ നിന്ന് പഠനം കഴിഞ്ഞെത്തിയ അടൂർ അവിടെനിന്നെത്തുന്ന മറ്റുള്ളവരുടെ പാതയല്ല പിന്തുടർന്നത്. അന്ന് തിരുവനന്തപുരത്തുണ്ടായിരുന്ന ചലച്ചിത്രപ്രേമികളായ യുവാക്കളോടൊപ്പം ചേർന്ന് ഒരു ഫിലിം സൊസൈറ്റിക്ക് രൂപം നല്കുകയാണദ്ദേഹം ചെയ്തത് (ചിത്രലേഖ). ഈ ഫിലിം സൊസൈറ്റി തനതായ വ്യക്തിത്വം നേടിക്കഴിഞ്ഞ സന്ദർഭത്തിലാണ് ചലച്ചിത്രനിർമ്മാണത്തിനായി അതിന്റെ കീഴിൽ ഒരു ഫിലിം കോ-ഓപ്പറേറ്റീവിന് രൂപം നല്കപ്പെട്ടത്. ഈ കോ-ഓപ്പറേറ്റീവ് നിലവാരഭദ്രമായ ഒട്ടേറെ ഡോക്യുമെന്ററികൾ നിർമ്മിക്കുകയുണ്ടായി. കൂട്ടത്തിൽ, കുടുംബാസൂത്രണ പ്രചാരണാർത്ഥം *പ്രതിസന്ധി* എന്ന പേരിൽ ഒരു കഥാചിത്രവും നിർമ്മിച്ചു. മധു, കവിയൂർപൊന്നമ്മ, അടൂർഭാസി തുടങ്ങിയവർ പ്രധാന കഥാപാത്രങ്ങളെ അവതരിപ്പിക്കുന്ന ഈ ചിത്രത്തിൽ വയലാർ-ദേവരാജൻ ടീമിന്റെ ഗാനങ്ങളുമുണ്ടായിരുന്നു. മധുവിനെയും ഉഷാനന്ദിനിയെയും അടൂർഭാസിയേയും പ്രധാന കഥാപാത്രങ്ങളാക്കി മറ്റൊരു ഫീച്ചർ ഫിലിമും അടൂർ തുടങ്ങിവച്ചുവെങ്കിലും ഇതൊന്നും ഫലപ്രാപ്തിയിലെത്താതെ പോയത് ഒരു കണക്കിൽ അടൂരിന്റെ ഭാഗ്യാതിരേകമായി കാണാം. കാരണം, ഏതെങ്കിലുമൊരു സമ്പ്രദായത്തിൽ ഒരുവൻ ഒരു ചിത്രം നിർമ്മിച്ചു കഴിഞ്ഞാൽ പിന്നീടെപ്പോഴും ആ സമ്പ്രദായ

ത്തിന്റെ വക്താവായി മാത്രം അയാളെ കാണുന്ന ഒരു ശീലം നമ്മുടെ സിനിമയിലുണ്ട്. ഒരു ചിത്രം തിയേറ്ററുകളിൽ പോകാതിരിക്കുകയും മറ്റേ ചിത്രം പൂർത്തീകരിക്കപ്പെടാതിരിക്കുകയും ചെയ്തതോടെ അടൂർ ടൈപ്പാവാതെ രക്ഷപ്പെടുകയാണുണ്ടായത്.

*സ്വയംവര*മാണ് അടൂർ ഗോപാലകൃഷ്ണന്റെ തിയേറ്ററുകളിലെത്തിയ പ്രഥമ ചിത്രം. ഫിലിം ഫൈനാൻസ് കോർപ്പറേഷന്റെ ധനസഹായത്തോടെ ചിത്രലേഖ ഫിലിം കോ-ഓപ്പറേറ്റീവ് നിർമ്മിച്ച ഈ ചിത്രം മലയാള സിനിമയുടെ ഗതിമാറ്റത്തിനു നിമിത്തമായ കഥ നാം ചർച്ച ചെയ്തു കഴിഞ്ഞു.

കൊടിയേറ്റം എന്ന രണ്ടാമത്തെ ചിത്രമാകട്ടെ, കേരളീയ ഗ്രാമജീവിതത്തിന്റെ കിടയറ്റ ആവിഷ്കരണമായി. *സ്വയംവര*ത്തിലൂടെ രംഗപ്രവേശം ചെയ്ത ഗോപി എന്ന നടൻ *കൊടിയേറ്റ*ത്തിലൂടെ അഭിനയത്തിന്റെ നവലോകങ്ങൾ അനാവരണം ചെയ്തു. ഈ കഥാപാത്രം വഴി ദേശീയ പുരസ്കാരമായ ഭരത് ബഹുമതിക്ക് അദ്ദേഹം അർഹനായി.

തറവാടിന്റെ തകർച്ചയുടെ ഒരു കൊച്ചുകഥയാണ് അവതരിപ്പിക്കപ്പെടുന്നതെങ്കിലും അത് കേരളീയ സമൂഹത്തിന്റെ മുഴുവൻ പ്രതിഫലനമാകുന്നു എന്നിടത്താണ് അടൂരിന്റെ മൂന്നാമത്തെ ചിത്രമായ *എലിപ്പത്തായ*ത്തിന്റെ സാംഗത്യം തുടങ്ങുന്നത് (1982). കേരളത്തിന്റെ ഗ്രാമീണചിത്രങ്ങൾ പലേ രചനകളിലും നമുക്ക് ലഭ്യമാണെങ്കിലും കേരളീയ ചരിത്രത്തിന്റെ ഒരു പ്രതിരൂപാത്മകചിത്രം *എലിപ്പത്തായ*ത്തിൽ കിട്ടുന്നതുപോലെ മറ്റൊരിടത്തുനിന്നും ലഭിക്കുകയില്ല. അങ്ങനെ ഒരു പ്രാദേശിക യാഥാർത്ഥ്യം എന്ന നിലയ്ക്ക് അസ്തിത്വം നേടുന്ന ചിത്രം പുനർവീക്ഷണത്തിൽ ഒരു രാജ്യത്തിന്റെയും തുടർന്ന് ലോകത്തിന്റെ തന്നെയും പ്രതിരൂപമായി മാറുന്നു. ഈ സാർവ്വലൗകികത്വമാണ് *എലിപ്പത്തായ*ത്തിന് സാർവ്വത്രികമായ അംഗീകാരം നേടിക്കൊടുത്തത്.

അടൂരിന്റെ ചിത്രങ്ങൾ പ്രായേണ വ്യക്തിനിഷ്ഠമാണ്. സമൂഹം അവയിൽ ഒരു കഥാപാത്രമല്ല. എന്നാൽ, ഈ വ്യക്തികളുടെ പശ്ചാത്തലത്തിൽ സൂക്ഷ്മദർശനത്തിനു വിധേയമാവുന്ന വിധത്തിൽ സമൂഹത്തിന്റെ സാന്നിദ്ധ്യമുണ്ട്. ഈ സാന്നിദ്ധ്യം ഏറ്റവും ശക്തമായി അനുഭവപ്പെടുന്നത് *എലിപ്പത്തായ*ത്തിലത്രേ. ഫ്യൂഡൽ വ്യവസ്ഥയുടെ ജീർണ്ണാവ

അടൂർ ഗോപാലകൃഷ്ണൻ

സ്ഥയെ പ്രതിപാദിക്കുന്ന ചിത്രമെന്ന നിലയ്ക്ക് നേരിട്ടൊരു സാമൂഹ്യ സാംഗത്യം തന്നെ ഈ ചിത്രത്തിനുണ്ട്. നാലു ചുറ്റും സംഭവിക്കുന്ന പരിവർത്തനങ്ങൾ കാണാൻ മടിക്കുന്ന ഒരു മദ്ധ്യവയസ്കനാണ് *എലിപ്പത്തായ*ത്തിലെ നായകൻ. തന്റെ പൂർവികന്മാരെപ്പോലെ പരമ്പരയാ ലഭിച്ച സമ്പന്നത മെയ്യനങ്ങാതെ നൊട്ടിനുണഞ്ഞുകൊണ്ട് കാലത്തെ മറക്കുന്നു. പലപ്പോഴും ആത്മരതിയിലേക്കു നീങ്ങുന്ന ഈ സ്വഭാവവിശേഷം അയാളിൽ നിന്ന് പ്രതികരണക്ഷമതപോലും ചോർത്തിക്കളയുന്നു. അയാളുടെ അമർഷം ആ നാലുകെട്ടിനുള്ളിൽ എരിഞ്ഞമരുന്നു. അതിന്റെ പ്രകാശനം തന്റെ സഹോദരികളോടു മാത്രമേ നടപ്പിലാവുന്നുള്ളൂ. ഭൃത്യയോടുപോലും കയർക്കാൻ അയാളശക്തനാണ്.

ജീർണ്ണതയുടെ ഈ മടയിൽ കലാപത്തിന്റെ കൊടിക്കൂറ ഉയരുന്നിടത്താണ് ചിത്രമാരംഭിക്കുന്നത്. തന്നെ എലി കടിച്ചുവെന്ന ഉണ്ണിയുടെ ദുഃസ്വപ്നവും അതിനെത്തുടർന്ന് സഹോദരിമാർ നടത്തുന്ന തിരച്ചിലും അസാധാരണമായ ഒരു പരിണാമത്തിലേക്കു നയിക്കപ്പെടുന്നു. എന്താണ് ആ അസാധാരണ പരിണാമം? ഏറ്റവുമിളയവളായ ശ്രീദേവി തട്ടുമ്പുറത്തുനിന്ന് പൊടിയണിഞ്ഞ എലിപ്പത്തായം പുറത്തെടുക്കുകയും അതു പൊടിതട്ടി തുടച്ച് എണ്ണ പുരട്ടി ഉപയോഗക്ഷമമാക്കുകയും ചെയ്യുന്നതാണ് ഈ നാലുകെട്ടിലെ അസാധാരണ പരിണാമം.

ചിത്രം അവസാനത്തോടടുക്കുമ്പോഴാണ് ബാഹ്യലോകത്തിന്റെ സജീവശ്രദ്ധയ്ക്ക് നാലുകെട്ട് വിധേയമാവുന്നത്. ശ്രീദേവി ഒളിച്ചോടുന്നതോടെ രാജമ്മ വൈകാരികമായി പ്രതികരിക്കാൻ മുതിരുന്നു. ഈ രണ്ടു സംഭവവികാസങ്ങളും ഉണ്ണിയുടെ ഉൾവലിയൽ തീവ്രമാക്കുന്നതേയുള്ളൂ. രാജമ്മ അവശയായി കിടക്കുമ്പോൾ പാൽക്കുപ്പിയുമായി എത്തുന്ന പെൺകുട്ടി അസംബന്ധജഡിലമായ ഒരസ്തിത്വത്തെപ്പറ്റിയുള്ള ബോധമുണർത്തുന്നു. രാജമ്മ നാലുകെട്ടിൽ നിന്നു മറയുന്നതോടെ ഉണ്ണിയുടെ ഉൾവലിയൽ പൂർത്തിയാവുന്നു. വേണമെങ്കിൽ ആദ്യദൃശ്യത്തിന്റെ തുടർച്ചയായി ഈ അന്ത്യദൃശ്യത്തെക്കാണാം. ആദ്യദൃശ്യത്തിലെ എലിയുടെ സ്ഥാനത്ത് അന്ത്യദൃശ്യത്തിൽ ഉണ്ണിയാണ്.

ക്രിയാപരമായ നിശ്ചലതയിൽ രസനീയതയുടെ ഓളങ്ങളിളക്കിവിടാൻ കഴിയുന്നുവെന്നതാണ് *എലിപ്പത്തായ*ത്തിലൂടെ അടൂർ ഗോപാലകൃഷ്ണൻ കൈവരിച്ചിരിക്കുന്ന ഏറ്റവും വലിയ നേട്ടം.

യവനിക

15

നവതരംഗത്തിന്റെ ഉദയവേളയിൽ വ്യത്യസ്തമായ ഒരു പ്രമേയവുമായി വന്ന് മലയാളപ്രേക്ഷകരിൽ പ്രതീക്ഷയുണർത്തിയ സംവിധായകനാണ് കെ ജി ജോർജ്. പൂനാ ഫിലിം ഇൻസ്റ്റിറ്റ്യൂട്ടിലെ പഠനം കഴിഞ്ഞെത്തിയപ്പോൾ രാമുകാര്യാട്ടിനോടൊപ്പം അദ്ദേഹം ചേർന്നു. *നെല്ലി*ന്റെ സഹസംവിധായകനായി. 1976–ൽ ജോർജിന്റെ ആദ്യചിത്രമായ *സ്വപ്നാടനം* പുറത്തുവന്നു. മനശ്ശാസ്ത്രജ്ഞനായ സൈക്കോയുടെ കേസ് ഡയറിയിൽ നിന്നെടുത്ത ഒരു സംഭവമാണ് അദ്ദേഹം ചലച്ചിത്രമായി വികസിപ്പിച്ചെടുത്തത്. എഴുപതുകളുടെ സംഭാവനകളായ നവസംവിധായകരിലൊരാളായി ഈ ചിത്രത്തിലൂടെ അദ്ദേഹം അംഗീകാരം നേടി. എന്നാൽ തുടർന്നദ്ദേഹം സംവിധാനം ചെയ്ത ചിത്രങ്ങൾക്ക് ആ അംഗീകാരമുദ്ര ലഭിച്ചില്ല. *ഓണപ്പുടവ, രാപ്പാടികളുടെ ഗാഥ, മണ്ണ്, ഇനി അവൾ ഉറങ്ങട്ടെ, ഉൾക്കടൽ, മേള, കോലങ്ങൾ* എന്നിങ്ങനെ ഒട്ടേറെ ചിത്രങ്ങൾ അദ്ദേഹം സംവിധാനം ചെയ്തു. കൂട്ടത്തിൽ *മേള*യും *കോലങ്ങളു*മാണ് കുറേയൊക്കെ സഹൃദയശ്രദ്ധ ആർജ്ജിച്ചത്. എന്നാൽ, 1982–ൽ പുറത്തിറങ്ങിയ ജോർജിന്റെ *യവനിക* ബോക്സോഫീസിൽ കാമ്യമായ വിജയം നേടിയതിനൊപ്പം ഗൗരവബുദ്ധിയുള്ള സിനിമാസ്വാദകരെയും ഹഠാദാകർഷിക്കുകയുണ്ടായി. അന്ന് നിലവിലിരുന്ന ആർട് ഫിലിം ഫോർമുലകളെ മുഴുവൻ കൈയൊഴിച്ചാണ് ജോർജ് *യവനിക*യൊരുക്കിയത്. ഇതടക്കമുള്ള ചിത്രങ്ങളാണ് കലാപരമായ സിനി

മകൾക്കും കച്ചവടചിത്രങ്ങൾക്കും ബദലായി വളർന്ന മദ്ധ്യവർത്തി സിനിമയെക്കുറിച്ചുള്ള ചർച്ചകൾ സജീവമാക്കിയത്. കലാഗുണമുള്ള സിനിമകൾ ചില പ്രത്യേക പ്രമേയങ്ങളെ ചുറ്റിപ്പറ്റി നിന്നപ്പോൾ വ്യത്യസ്തമായ ഒരു പ്രമേയം സ്വീകരിക്കാൻ ജോർജ് ധൈര്യം കാട്ടി. അതാകട്ടെ, അല്പം അനവധാനത കാട്ടിയാൽ പാളിപ്പോകാവുന്ന ഒരു വിഷയമായിരുന്നു. ഒരു കൊലപാതകവും അതിനെക്കുറിച്ചുള്ള അന്വേഷണവും ഏറെ സംശയങ്ങൾക്കൊടുവിൽ യഥാർത്ഥ കുറ്റവാളി പിടിക്കപ്പെടുന്നതുമാണിതിലെ കഥ. കേൾക്കുമ്പോൾ ഏതൊരു കുറ്റാന്വേഷണകഥയെയും പോലെ ഒന്ന്. എന്നാൽ അവതരണത്തിലെ പാടവം നിമിത്തം ഇതൊരസാധാരണാനുഭവമായി മാറുന്നു. മിഴിവുള്ള കഥാപാത്രങ്ങളെ സൃഷ്ടിച്ചുകൊണ്ടും യാഥാർത്ഥ്യം നിറഞ്ഞ ജീവിതമുഹൂർത്തങ്ങളൊരുക്കിക്കൊണ്ടുമാണ് ജോർജ് അതു സാധിക്കുന്നത്. ഇതിലെ കേന്ദ്രകഥാപാത്രമായ അയ്യപ്പനെത്തന്നെ നോക്കുക. വളരെ പരുക്കനും വലിയൊരു മദ്യപാനിയുമാണയാൾ. എന്നാൽ തബലയിൽ കൈ മുട്ടുമ്പോൾ അയാളൊരു മാന്ത്രികനായി മാറുന്നു. അനുഗൃഹീത കലാകാരനാണയാളെന്ന് നാമറിയുന്നു.

ഭാവനാ തിയേറ്റേഴ്സ് എന്ന നാടകക്കമ്പനിയെ ചുറ്റിപ്പറ്റിയാണ് *യവനിക*യുടെ കഥ പുരോഗമിക്കുന്നത്. ഒരിക്കൽ ട്രൂപ്പ് നാടകാവതരണത്തിനു പോകാനൊരുങ്ങുമ്പോഴാണ് തബലിസ്റ്റ് അയ്യപ്പൻ വന്നിട്ടില്ലെന്നറിയുന്നത്. അയ്യപ്പനെ അവർ എല്ലായിടത്തും തിരയുന്നു.സമിതിയോഫീസിനടുത്തുള്ള പാടത്തിന്റെ കരയിൽ ദുർഗന്ധം വമിക്കുന്ന ഒരു ചാക്കുകെട്ട് കണ്ടെത്തുന്നു. അതിനുള്ളിൽ അയ്യപ്പന്റെ മൃതദേഹമായിരുന്നു. കേസന്വേഷണത്തിനായി സബ് ഇൻസ്പെക്ടർ ജേക്കബ് ഈരാളിയെത്തുന്നു. ട്രൂപ്പംഗങ്ങളെ അയാൾ സംശയത്തിന്റെ മുൾമുനയിൽ നിർത്തുന്നു. ട്രൂപ്പിന്റെ മാനേജർ വക്കച്ചൻ, പ്രധാന നടൻ ബാലഗോപാലൻ, ജോസഫ് കൊല്ലപ്പള്ളി, കൊമേഡിയനായ വരുണൻ, അയ്യപ്പന്റെ മകൻ വിഷ്ണു, ഓഫീസ് സെക്രട്ടറി ചെല്ലപ്പൻ, നടി രോഹിണി തുടങ്ങിയവരെയൊക്കെ ഈരാളി ചോദ്യം ചെയ്യുന്നു. ഇപ്പറഞ്ഞ കഥാപാത്രങ്ങളോരോന്നും മിഴിവുറ്റ പാത്രചിത്രീകരണത്തിന്റെ ദൃഷ്ടാന്തങ്ങളാണ്. കഥ പുരോഗമിക്കുന്തോറും അയ്യപ്പന്റെ വ്യക്തിത്വം കുറേശ്ശെക്കുറേശ്ശെ വെളിവായി വരികയാണ്. കുറ്റാന്വേഷണകഥയുടെ ഉദ്വേഗം ഉടനീളം നിലനിർത്തുകയും അതേസമയം, കഥാപാത്രസൃഷ്ടിയിലും സ്വഭാവാപഗ്രഥനത്തിലും ക്ലാസ്സിക്കൽ സമീപനം സ്വീകരിക്കുകയും ചെയ്തിട്ടുള്ള ചല

കെ ജി ജോർജ്ജ്

ച്ചിത്രരചനയാണിത്. ഹിച്ച്കോക്കിന്റെയും അദ്ദേഹത്തിന്റെ സ്വാധീനത്തിന് വലിയൊരളവിൽ വിധേയനായ ക്ലൂദ് ഷാബ്രോളിന്റെയും ചലച്ചിത്രങ്ങൾ അപഗ്രഥിച്ചു പഠിച്ച ഒരു സംവിധായകനെയാണ് *യവനിക* വെളിവാക്കുന്നത്. ചെമ്മീനുൾപ്പെടെയുള്ള പല പ്രശസ്തചിത്രങ്ങളുടെയും തിരക്കഥാകൃത്തെന്ന നിലയിൽ മലയാളസിനിമയിൽ ഒരു കാലഘട്ടം മുഴുവൻ നിറഞ്ഞുനിന്ന എസ് എൽ പുരം സദാനന്ദൻ 'യവനിക'യുടെ തിരക്കഥാരചനയിൽ ജോർജിന്റെ പങ്കാളിയായി. എസ് എൽ പുരത്തിന്റെ നാടകാനുഭവങ്ങളുടെ സ്വാധീനം ഈ തിരക്കഥയിൽ പ്രകടമാണ്.

*യവനിക*യിലൂടെ ഏതാനും നടന്മാർ മലയാളസിനിമയിലെ തങ്ങളുടെ സാന്നിദ്ധ്യം ഉദ്ഘോഷണം ചെയ്തു. ഭരത് ഗോപി അതിനു മുൻപു തന്നെ ദേശീയ അവാർഡ് നേടിയിരുന്നു. *യവനിക*യിൽ തന്റെ വ്യത്യസ്തമായൊരു മുഖമാണ് ഗോപി പ്രദർശിപ്പിച്ചത്. *യവനിക*യിലൂടെ തിലകൻ പക്വതയാർജ്ജിച്ച ഒരു നടനായി അംഗീകാരം നേടി. ഈരാളിയെ അവതരിപ്പിച്ച മമ്മൂട്ടിയാവട്ടെ, ആസന്നമായ തന്റെ താരപദവി ഉറപ്പിച്ചെടുക്കുകയും ചെയ്തു.

മൈഡിയർ കുട്ടിച്ചാത്തൻ 16

കേരളത്തിലെ ആദ്യത്തെ സമ്പൂർണ്ണ ഫിലിം സ്റ്റുഡിയോ ആയ ഉദയായുടെ ഉടമസ്ഥനാണ് കുഞ്ചാക്കോ. ജനപ്രിയസിനിമകളുടെ ഈറ്റില്ലമായിരുന്നു ഉദയാ. മലയാള സിനിമയുടെ വ്യാവസായിക വളർച്ചയ്ക്ക് ആക്കം കൂട്ടിയ നിരവധി ചിത്രങ്ങൾ കുഞ്ചാക്കോ നിർമ്മിക്കുകയുണ്ടായി. ഈ ചിത്രങ്ങളിലൊക്കെ നിർമ്മാണ നിർവാഹകനായി അദ്ദേഹത്തോടൊപ്പം അദ്ദേഹത്തിന്റെ സഹോദരനായ അപ്പച്ചൻ എന്ന എം സി പുന്നൂസുമുണ്ടായിരുന്നു. കുഞ്ചാക്കോയുടെ മരണശേഷം അപ്പച്ചൻ നവോദയ സ്റ്റുഡിയോ ആരംഭിച്ചു. മലയാളസിനിമയുടെ സാങ്കേതികവികാസത്തിൽ വിലയേറിയ സംഭാവനകളാണ് അപ്പച്ചൻ നൽകിയത്. മലയാളത്തിലെ ആദ്യത്തെ സിനിമാസ്കോപ്പ് ചിത്രം നിർമ്മിച്ചത് അദ്ദേഹമാണ് (*തച്ചോളി അമ്പു* – 1978). ദക്ഷിണേന്ത്യയിലെ ആദ്യത്തെ 70 എം എം ചിത്രമാണ് (*പടയോട്ടം* – 1982) അദ്ദേഹത്തിന്റെ അടുത്ത സംഭാവന. ഈ സാങ്കേതിക പരീക്ഷണങ്ങളുടെ തുടർച്ചയായിട്ടാണ് ഇന്ത്യയിലെതന്നെ ആദ്യത്തെ 3 ഡി ചിത്രമായ *മൈ ഡിയർ കുട്ടിച്ചാത്തൻ* (1984) അപ്പച്ചൻ അവതരിപ്പിച്ചത്.

ഇന്ത്യയിൽ 1984–ലാണ് പരിചയപ്പെടുത്തുന്നതെങ്കിലും ലോകസിനിമയിൽ സിനിമാസ്കോപ്പിനും മുമ്പ് കണ്ടെത്തിയ ഒരു സാങ്കേതികവി

ദ്യയാണ് 3 ഡി. അമ്പതുകളുടെ തുടക്കത്തിൽ ടെലിവിഷന്റെ വെല്ലുവിളിയെ ചെറുത്തുനിൽക്കുന്നതിന് ഹോളിവുഡിന്റെ മുമ്പിലുണ്ടായിരുന്ന രണ്ടു സാദ്ധ്യതകൾ സിനിമാ സ്ക്രീനിന്റെ വലിപ്പവും സാങ്കേതിക സൂത്രപ്പണികളുമായിരുന്നു. ഇതിൽ രണ്ടാമത്തെ വിഭാഗത്തിലാണ് 3 ഡിയുടെ ആവിർഭാവം. 3 ഡിക്കു പിന്നിലെ ആശയം വളരെ പഴയതായിരുന്നു. അമേരിക്കയിൽ പ്രചാരം നേടിയിരുന്ന വ്യൂ മാസ്റ്റർ എന്ന കളിക്കോപ്പിൽ വ്യത്യസ്തമായ രണ്ടു ചിത്രങ്ങൾ ഒരു പോളറോയ്ഡ് ഗ്ലാസിലൂടെ നോക്കുമ്പോൾ ത്രിമാന സ്വഭാവമുള്ള ഒരു ദൃശ്യം കാണാൻ കഴിഞ്ഞിരുന്നു. സ്റ്റീരിയോസ്കോപ്പിന്റെ തത്ത്വം പഴഞ്ചനെങ്കിൽക്കൂടി അത് ചലച്ചിത്രമായി ആവിർഭവിച്ചപ്പോൾ ജനങ്ങളെ വല്ലാതെ ആകർഷിക്കുകയുണ്ടായി. ആ ആകർഷണത്തിന്റെ തരംഗത്തിലാണ് *ഹൗസ് ഓഫ് വാക്സ്, ബ്വാനാ ഡെവിൾ, ക്രീച്ചർ ഫ്രം ദി ബ്ലാക് ലാഗൂൺ* തുടങ്ങിയ ചിത്രങ്ങൾ ആവിർഭവിച്ചത്. 1952 ആയിരുന്നു 3 ഡി ചിത്രങ്ങൾ പ്രചാരത്തിൽ വന്ന വർഷം. ആ ഒരൊറ്റക്കൊല്ലം മാത്രമേ ജനങ്ങളെ പിടിച്ചുനിർത്താൻ അതിന്നായുള്ളൂ. 3 ഡിയുടെ പ്രചാരം എത്ര വേഗമാണ് ഹോളിവുഡിൽ ക്ഷയിച്ചതെന്ന് പ്രകടമാക്കുന്ന ഒരു സംഭവമുണ്ട്. പുതിയ സാങ്കേതിക വിദ്യയുടെ മാസ്മരികത പകരാനുന്നംവച്ച് ആൽഫ്രഡ് ഹിച്ച്കോക്ക് ഒരു ചിത്രത്തിന്റെ നിർമ്മിതിയാരംഭിച്ചു – *ഡയൽ എം ഫോർ മർഡർ.* 3 ഡിയിൽ ചിത്രീകരിച്ച ഈ ചിത്രം പൂർത്തിയാകുമ്പോഴേക്ക് 3 ഡിയോടുള്ള ജനങ്ങളുടെ ആഭിമുഖ്യം ക്ഷയിച്ചുകഴിഞ്ഞിരുന്നു. അതിനാൽ ഹിച്ച്കോക്ക് സാധാരണ 2 ഡയമൻഷനിലാണ് ചിത്രം പൂർത്തിയാക്കിയത്.

ഏതായാലും ആദ്യ 3 ഡി ചിത്രമെന്ന നിലയിൽ വമ്പിച്ച ജനപിന്തുണയാണ്, *മൈ ഡിയർ കുട്ടിച്ചാത്തൻ* നേടിയത്. വാസ്തവത്തിൽ, *മൈ ഡിയർ കുട്ടിച്ചാത്തന്റെ* പ്രധാന വശ്യത അതൊരു 3 ഡി ചിത്രമായിരുന്നു എന്നതല്ല. 3 ഡി പരസ്യപ്രചരണത്തിന്റെ കാര്യത്തിൽ ആ ചിത്രത്തെ വളരെയേറെ തുണച്ചിട്ടുണ്ടെന്നത് ശരിതന്നെ. എന്നാൽ ആകർഷകത്വമുള്ള ഒരു കഥ ആകർഷകമായിപ്പറഞ്ഞു എന്നതാണ് *മൈ ഡിയർ കുട്ടിച്ചാത്തന്റെ* വിജയരഹസ്യം. 3 ഡി അതിന് കൗതുകത്തിന്റെ ഒരു പരിവേഷമണിയിച്ചു എന്നു മാത്രം. അതുകൊണ്ടാണ് തുടർന്നുവന്ന 3 ഡി സിനിമകൾ വിജയിക്കാതെ പോയത്.

ജിജോ പുന്നൂസ്

അപ്പച്ചന്റെ പുത്രൻ ജിജോ ആണ് *മൈഡിയർ കുട്ടിച്ചാത്തന്റെ* സംവിധായകൻ. 3 ഡിയെ സംബ

ന്ധിച്ച ജിജ്ഞാസ പ്രേക്ഷകരെ തീയേറ്ററുകളിലേക്ക് ആകർഷിച്ചു. എന്നാൽ അതു മാത്രമായിരുന്നു *മൈഡിയർ കുട്ടിച്ചാത്ത*ന്റെ വിജയരഹസ്യമെങ്കിൽ ആദ്യദിനങ്ങളിലെ ജിജ്ഞാസയടങ്ങുമ്പോൾ പ്രേക്ഷകർ തീയേറ്റർ വിട്ടുപോകുമായിരുന്നു. ലളിതവും കൗതുകകരവുമായ ഒരു കഥ കുട്ടികൾക്കും മുതിർന്നവർക്കും ഒരേപോലെ രസപ്രദമാവുന്ന വിധത്തിൽ ചിത്രീകരിച്ചതാണ് *മൈ ഡിയർ കുട്ടിച്ചാത്ത*ന്റെ യഥാർത്ഥ വിജയഹേതു. *കുട്ടിച്ചാത്ത*നെത്തുടർന്ന് നിരവധി 3 ഡി ചിത്രങ്ങൾ പുറത്തുവന്നുവെങ്കിലും അവയൊക്കെ പരാജയങ്ങളായി മാറിയതിന്റെ കാരണവും മറ്റൊന്നല്ല.

കുട്ടിച്ചാത്തൻ ഒരു കുട്ടിക്കഥയാണ്. മൂന്നു കുട്ടികളും ഒരു കുട്ടിച്ചാത്തനുമാണ് ഇതിലെ പ്രധാന കഥാപാത്രങ്ങൾ. ലക്ഷ്മി, വിനോദ്, വിജയ് എന്നീ കുട്ടികൾ സ്കൂളിലേക്കു പോകുന്നവഴിക്ക് ഒരു പ്രേതഭവനം കാണാറുണ്ട്. അതിനെപ്പറ്റി സൈക്കിൾറിക്ഷക്കാരൻ അവരോടു പറയുന്നു. അവിടെ ഒരു കുട്ടിച്ചാത്തൻ താമസമുണ്ടെന്നാണയാൾ പറയുന്നത്. കുട്ടിച്ചാത്തനെ കാണാൻ പോകുന്ന കുട്ടികൾ ആ വീട്ടിലെ നിധിയെടുക്കാൻ ശ്രമിക്കുന്ന ദുർമന്ത്രവാദിയെയും അയാൾ ബന്ധനസ്ഥനാക്കിയിരിക്കുന്ന കുട്ടിച്ചാത്തനെയും കണ്ടുമുട്ടുന്നു. കുട്ടിച്ചാത്തനെ അവർ മോചിപ്പിക്കുന്നു. തുടർന്ന് കുട്ടിച്ചാത്തൻ അവരുടെ ചങ്ങാതിയായി മാറുന്നു. കുട്ടിച്ചാത്തന്റെ സഹായത്തോടെ കുട്ടികൾ പല കുസൃതികൾക്കും സാഹസങ്ങൾക്കുമൊരുങ്ങുന്നു. നർമ്മവും ഉദ്വേഗവും പകരുന്ന ഈ സംഭവവികാസങ്ങളാണ് *മൈഡിയർ കുട്ടിച്ചാത്ത*നെ ആകർഷകമാക്കിയതും തീയേറ്ററുകളിലേക്ക് ജനങ്ങളെ ആവാഹിച്ചതും.

*മൈഡിയർ കുട്ടിച്ചാത്ത*ൻ മലയാളത്തിലെ അപൂർവ്വമായ ഒരു ബാലചലച്ചിത്രമാണ്. കുട്ടികളോടൊപ്പം മുതിർന്നവരേയും രസിപ്പിക്കുന്ന ഒരു ബാലചിത്രം. പ്രധാന കഥാപാത്രങ്ങളെ അവതരിപ്പിച്ച കുട്ടികൾ പ്രേക്ഷകരെ ഹഠാദാകർഷിച്ചു. മികച്ച ബാലതാരത്തിനുള്ള ദേശീയ അവാർഡ് ഈ നാലുകുട്ടികൾക്കും ചേർത്താണ് സമ്മാനിക്കപ്പെട്ടത്.

17

അമ്മ അറിയാൻ

ജീവിച്ചിരിക്കെ ഐതിഹ്യ കഥാപാത്രമായി മാറിയ ഏക മലയാള ചലച്ചിത്രകാരനാണ് ജോൺ എബ്രഹാം. സാഹിത്യത്തിൽ വൈക്കം മുഹമ്മദ് ബഷീറിനെപ്പറ്റി പറയുംപോലെ സിനിമയിൽ ജോണിനെപ്പറ്റിയാണ് കഥകൾ മുഴുവൻ. ജോൺ എബ്രഹാം സിനിമയിൽ സൃഷ്ടിച്ച ഏതൊരു രചനയെക്കാളും മഹത്തായ കലാസൃഷ്ടിയായിരുന്നു ജോൺ എബ്രഹാം എന്ന മനുഷ്യൻ. എൽ ഐ സിയിലെ ജോലി രാജിവച്ചിട്ടാണ് അദ്ദേഹം പൂനയിലെ ഫിലിം ഇൻസ്റ്റിറ്റ്യൂട്ടിൽ സിനിമ പഠിക്കാൻ ചേർന്നത്. പൂനയിൽ വച്ചുതന്നെ തന്റെ വിചിത്രവും രസകരവുമായ പെരുമാറ്റരീതികൾകൊണ്ട് പ്രശസ്തി നേടിയിരുന്നു ജോൺ. അദ്ദേഹം ഇൻസ്റ്റിറ്റ്യൂട്ടിൽ നിന്നു പുറത്തിറങ്ങിയപ്പോഴാവട്ടെ, അസാധാരണമായ രചനകൾക്കായി അനുവാചകലോകം കാത്തു.

എന്നാൽ, ജോൺ എബ്രഹാമിന്റെ പുറത്തുവന്ന ആദ്യ ചിത്രം *വിദ്യാർത്ഥികളേ ഇതിലേ ഇതിലേ* (1972) – പ്രതീക്ഷകൾക്കൊത്തുയർന്നില്ല. കച്ചവടപ്രധാനമായ ഒരു ചിത്രത്തിന്റെ എല്ലാ മസാലകളും ഉൾക്കൊണ്ടതായിരുന്നു അത്. കുട്ടികളുടെ സിനിമ എന്ന മട്ടിലാണു വന്നതെങ്കിലും കുട്ടികൾക്കനുയോജ്യമല്ലാത്ത ഘടകങ്ങൾ ഏറെയുണ്ടായിരുന്നു ആ ചിത്രത്തിൽ.

ജോണിന്റെ രണ്ടാമത്തെ ചിത്രം തമിഴിലാണു നിർമ്മിക്കപ്പെട്ടത്.

അഗ്രഹാരത്തിൽ കഴുത (1977) എന്ന ഈ ചിത്രം അദ്ദേഹത്തെക്കുറിച്ചുള്ള പ്രതീക്ഷകളോടു നീതിപുലർത്തി. അത്യന്തം വ്യത്യസ്തമായ ഒരു പ്രമേയമാണ് ജോൺ ഇതിൽ കൈകാര്യം ചെയ്തത്. യാഥാസ്ഥിതിക ബ്രാഹ്മണർ പാർക്കുന്ന ഒരു അഗ്രഹാരത്തിൽ വന്നുപെട്ട ഒരു കഴുത അഗ്രഹാരത്തിലുണ്ടാക്കുന്ന പൊല്ലാപ്പുകളാണ് ഇതിലെ പ്രതിപാദ്യം. കഴുതയും അഗ്രഹാരവുമെല്ലാം പല അർത്ഥതലങ്ങളിലേക്കും അനുവാചകനെ നയിക്കുന്നു. നർമ്മമധുരമായി കഥ പറയുന്നതിനോടൊപ്പംതന്നെ ആഴമുള്ള അവബോധങ്ങൾ പ്രദാനം ചെയ്യുന്നുമുണ്ട് ഈ ചിത്രം.

ജോൺ എബ്രഹാമിന്റെ മൂന്നാമത്തെ ചിത്രം മലയാളത്തിൽ തന്നെയാണുണ്ടായത് (*ചെറിയാച്ചന്റെ ക്രൂരകൃത്യങ്ങൾ* – 1979). ജോണിന്റെ സ്വഭാവസവിശേഷതകൾ പ്രതിഫലിപ്പിക്കുന്ന ഒരു ചിത്രമായിരുന്നു അത്. കുട്ടനാട്ടിലെ ചെറുകിട കർഷകനാണ് ചെറിയാച്ചൻ. കർഷകത്തൊഴിലാളിയിൽ നിന്നും കർഷകനെ അകറ്റുന്ന ശക്തികളുടെ കൈയിൽ അയാൾ ഒരു കളിപ്പാവയായി മാറുന്നു. ഇതിന്റെ ഫലമായി, ഒരു കർഷകസമരത്തെത്തുടർന്ന് അഞ്ചു തൊഴിലാളികൾ കൊല്ലപ്പെടുമ്പോൾ അതിന്റെ ഉത്തരവാദി താനാണെന്ന ഒരു വിഭ്രാന്തി ചെറിയാച്ചനെ പിടികൂടുന്നു. ഈ വിഭ്രാന്തി മാനസികരോഗത്തിലേക്കും ദുരന്തത്തിലേക്കുമാണ യാളെ നയിക്കുന്നത്.

ജോൺ

മലയാളത്തിൽ ജോൺ എബ്രഹാമിന്റെ പ്രസക്തമായ ചിത്രം *അമ്മ അറിയാനാണ്* (1986). ജോണിന്റെ നാലാമത്തെ ചിത്രം അഥവാ അവസാനത്തെ ചിത്രം. ഈ ചലച്ചിത്രകാരന്റെ സാന്നിദ്ധ്യം പൂർണ്ണമായും ബോദ്ധ്യപ്പെടുത്തുന്ന ചിത്രമാണിത്. ഇതൊരു യാത്രയുടെ കഥയാണ്. യാത്രയുടെ കഥകൾ അവതരിപ്പിച്ച വിശ്വപ്രശസ്തരായ ചലച്ചിത്രകാരന്മാർ വേറെയുമുണ്ട്. ഇൻഗ്മർ ബർഗ്മാന്റെ *സെവന്ത് സീലും* ഗൊദാർദിന്റെ *വീക്കെൻഡും* ഇക്കൂട്ടത്തിൽ ഏറ്റവും പ്രശസ്തങ്ങളാണ്. രണ്ടുയാത്രകളും അങ്ങേയറ്റം വിഭിന്നമാണ്. *സെവന്ത് സീലി*ലെ ആത്മീയ യാത്രയെക്കാൾ *വീക്കെൻഡി*ലെ ഭൗതികയാത്രയോടാണ് *അമ്മ അറിയാൻ* എന്ന ചിത്രത്തിനടുപ്പം. രണ്ടും നാം ജീവിക്കുന്ന കാലഘട്ടത്തിന്റെയും നാമുൾപ്പെട്ട സമൂഹത്തിന്റെയും വിലയിരുത്തലാണ്.

പരിഷ്കൃതിയുടെ പരകോടിയിൽനിന്ന് പ്രാകൃതത്വത്തിലേക്കുള്ള യാത്രയാണ് *വീക്കെൻഡിൽ* നടക്കുന്നത്. ജോണിന്റെ കഥ വ്യത്യസ്തമാണ്. ഭൗതികവും സാമൂഹ്യവിപ്ലവ സംബന്ധിയുമായ ഒരു പ്രമേയം അവതരിപ്പിക്കയാണെങ്കിൽക്കൂടി ഇതിലെ യാത്രക്കാരിൽ കാരുണ്യസ്പർശമുണ്ട്; ആത്മീയതയുടെ അടിയൊഴുക്കുകളുണ്ട്. ഹരി എന്ന വിപ്ലവകാരിയായ തബലിസ്റ്റിന്റെ മരണവൃത്താന്തമറിയിക്കാൻ പുരുഷനും കൂട്ടുകാരും നടത്തുന്ന യാത്രയാണിതിൽ ചിത്രീകരിക്കപ്പെടുന്നത്. പുരുഷന്റെ യാത്ര യാഥാർത്ഥ്യങ്ങളിലൂടെയുള്ള യാത്രയാണ്. ഒപ്പം മരണത്തിന്റെ നിഴൽവീണ യാത്രയുമാണത്. ഹരിയെ സംബന്ധിച്ച ചിലരുടെ ചിന്തകളും യാത്ര കടന്നുപോകുന്ന നാടുകളുടെ ചരിത്രവും ഇടകലർന്നു കിടക്കുന്നുണ്ട് ഈ ചിത്രത്തിൽ. ഈ ഓർമ്മകളിൽ ഏറ്റവും ഭീഷണമായത് ഒരു പൊലീസുകാരൻ ഹരിയുടെ കൈ ബൂട്സിട്ടു ചവിട്ടിച്ചതയ്ക്കുന്നതാണ്. തബലിസ്റ്റിന്റെ കൈ ചതയ്ക്കപ്പെട്ടാൽ പിന്നെ അയാളെക്കൊണ്ടെന്താണു പ്രയോജനം? ഹരിക്ക് ദുരന്തത്തിൽനിന്നു രക്ഷപ്പെടാനാവുന്നില്ല. എന്നാൽ യുവതലമുറയ്ക്ക് രക്ഷപ്പെടാനാവുമെന്നു തെളിയിക്കാനും അവർക്ക് ആശ്വാസം പകരാനും വേണ്ടിയാണ് കോഴിക്കോട് മെഡിക്കൽ കോളേജു മുതൽ ഫോർട്ട് കൊച്ചിവരെ നടന്ന വിവിധ ജനകീയ സമരങ്ങളുടെ ചിത്രങ്ങൾ ജോൺ വരച്ചുകാട്ടുന്നത്.

മലയാള സിനിമയെ സംബന്ധിച്ചിടത്തോളം സമാനതകളില്ലാത്ത ഒരു ചലച്ചിത്രമാണ് *അമ്മ അറിയാൻ.* വ്യത്യസ്തമായ വീക്ഷണവും വ്യത്യസ്തമായ പരിചരണ ശൈലിയുംകൊണ്ട് മറ്റു ചിത്രങ്ങളിൽ നിന്ന് പൂർണ്ണമായും അത് അകന്നു നിൽക്കുന്നു. ജനകീയ കൂട്ടായ്മയുടെ ഫലമാണ് ഈ ചിത്രം. ജനങ്ങളിൽ നിന്നുള്ള സംഭാവനകൾ കൊണ്ടാണ് ഇത് നിർമ്മിക്കപ്പെട്ടത്. തെരുവോരങ്ങളിൽ ജനങ്ങൾക്കുവേണ്ടി ഇത് പ്രദർശിപ്പിക്കുകയും കാണികളിൽ നിന്ന് പിരിവെടുത്ത പണംകൊണ്ട് ചെലവുകൾ നടത്തുകയും

ചെയ്തു. കച്ചവടവിജയത്തിനുവേണ്ടി യാതൊരു ഘടകവും ഇതിൽ കൂട്ടിച്ചേർത്തിട്ടില്ല. തികച്ചും ആത്മാർത്ഥത പുലർത്തിയ ഒരു ചലച്ചിത്ര പരിശ്രമം എന്ന് ഈ ചിത്രത്തെ വിശേഷിപ്പിക്കാം.

പുരുഷാർത്ഥം

18

കേരളത്തിന്റെ, പൊതുവിൽ ഭാരതത്തിന്റെയും, ചലച്ചിത്ര നവോത്ഥാനത്തിന് പൂനയിലെ ഫിലിം ഇൻസ്റ്റിറ്റ്യൂട്ട് നൽകിയ സംഭാവനകൾ അവഗണിക്കാനാവത്തവയത്രേ. ഫിലിം ഇൻസ്റ്റിറ്റ്യൂട്ടിൽ നിന്നെത്തിയ സംവിധായകരും ഛായാഗ്രാഹകന്മാരും മറ്റു സാങ്കേതിക വിദഗ്ദ്ധരുമൊക്കെ മലയാള സിനിമയിൽ ദിശാമാറ്റം സൃഷ്ടിക്കുന്നതിന് കാരണക്കാരായി. അക്കൂട്ടത്തിൽ ഏറെ വ്യത്യസ്തനായ സംവിധായകനാണ് കെ ആർ മോഹനൻ. മൂന്നു കഥാചിത്രങ്ങളേ അദ്ദേഹത്തിന്റെതായി പുറത്തുവന്നിട്ടുള്ളൂവെങ്കിലും അവയോരോന്നും കതിർക്കനമുള്ളവയത്രേ. ഇരുപത്തിയഞ്ചിലേറെ ഡോക്യുമെന്ററി ചിത്രങ്ങളും അദ്ദേഹം തിരക്കഥയെഴുതി സംവിധാനം ചെയ്തിട്ടുണ്ട്. അവയിൽ ചിലതൊക്കെ മലയാളത്തിലെ ഏറ്റവും മികച്ച ഡോക്യുമെന്ററികളിൽപ്പെടുന്നു.

നവസിനിമയുടെ ഉദയകാലത്ത്, 1978–ൽ *അശ്വത്ഥാമാവ്* എന്ന ചിത്രവുമായാണ് അദ്ദേഹം രംഗപ്രവേശം ചെയ്തത്. മാടമ്പ് കുഞ്ഞുകുട്ടൻ രചിച്ച പ്രശസ്ത നോവലിന്റെ ചലച്ചിത്രാവിഷ്കാരമായ *അശ്വത്ഥാമാവിൽ* നായകനായി മാടമ്പിനെത്തന്നെ അഭിനയിപ്പിക്കാനുള്ള ചങ്കൂറ്റം മോഹനൻ പ്രദർശിപ്പിച്ചു. തൊഴിലില്ലായ്മയും മോഹഭംഗവും അലട്ടിയ ഒരു തലമുറയുടെ പ്രതിനിധിയാണ് ഇതിലെ കഥാനായകനായ കുഞ്ചുണ്ണി. *മഹാഭാരത*ത്തിലെ അശ്വത്ഥാമാവ് മോക്ഷപ്രാപ്തിയില്ലാതെ

അലഞ്ഞുതിരിയുന്ന കഥാപാത്രമാണല്ലോ. ഈ ചിത്രത്തിലെ കഥാനായകന്റെ അവസ്ഥയും അതുതന്നെ. കുഞ്ചുണ്ണിയിലൂടെ ഒരു കാലഘട്ടത്തിന്റെ ദുരവസ്ഥ ഉള്ളുലയ്ക്കുംപടി അവതരിപ്പിക്കുകയാണ് മോഹനൻ ചെയ്യുന്നത്.

രണ്ടാമത്തെ ചിത്രമായ *പുരുഷാർത്ഥ*ത്തിനുവേണ്ടി (1987) അദ്ദേഹം അവലംബിച്ചത് സി വി ശ്രീരാമന്റെ അതേ പേരിലുള്ള കഥയെയാണ്. മലയാളത്തിലെ വ്യത്യസ്തനായ കഥാകൃത്താണ് ശ്രീരാമൻ. മലയാളസാഹിത്യത്തിൽ ആധുനികത നിറഞ്ഞു നിന്നപ്പോഴും അദ്ദേഹം ഒരു പ്രസ്ഥാനത്തിന്റെയും പിന്നാലെ പോകാതെ സ്വതസിദ്ധമായ രചനാശൈലിയിൽ ഉറച്ചുനിന്നു. മാർക്സിസ്റ്റുപാർട്ടിയുടെ സജീവ പ്രവർത്തകനായിരുന്നുവെങ്കിലും തന്റെ സാഹിത്യരചനകളിൽ അദ്ദേഹം രാഷ്ട്രീയത്തെ കടത്തിവിട്ടില്ല. ജീവിതത്തിന്റെ തീക്ഷ്ണസാന്നിദ്ധ്യമാണ് ശ്രീരാമന്റെ കഥകളിൽ നാമനുഭവിക്കുന്നത്. ദൃശ്യസാദ്ധ്യതകൾ നിറഞ്ഞവയാണ് ആ കഥകൾ. അതുകൊണ്ടുതന്നെ അദ്ദേഹത്തിന്റെ കഥകളെ അവലംബിച്ച് പ്രഖ്യാതമായ ചില സിനിമകൾ നിർമ്മിക്കപ്പെട്ടു (അരവിന്ദന്റെ *ചിദംബരം, വാസ്തുഹാര,* ടി വി ചന്ദ്രന്റെ *പൊന്തൻമാട*).

ജീവിതത്തിലും കലാസമീപനത്തിലും ശ്രീരാമനോട് കുറേയൊക്കെ സാദൃശ്യം പുലർത്തുന്നയാളാണ് മോഹനൻ. ശക്തമായ രാഷ്ട്രീയ പക്ഷപാതിത്വമുണ്ടെങ്കിലും തന്റെ കലയിൽ മോഹനൻ അതു പ്രതിഫലിപ്പിക്കാറില്ല. അദ്ദേഹത്തെ സംബന്ധിച്ചിടത്തോളം സിനിമ മനസ്സിന്റെ വാതായനങ്ങൾ തുറക്കുന്ന കലാരൂപമാണ്. ആന്തരികജീവിതത്തിന്റെ സമസ്യകളാണ് തന്റെ ചലച്ചിത്രങ്ങളിലെല്ലാം മോഹനൻ നിർദ്ധാരണം ചെയ്യാൻ ശ്രമിക്കുന്നത്.

കെ ആർ മോഹനൻ

ബാഹ്യവീക്ഷണത്തിൽ ലളിതമായ ഒരു കഥാവസ്തുവാണ് *പുരുഷാർത്ഥ*ത്തിൽ കൈകാര്യം ചെയ്തിരിക്കുന്നത്. ഭദ്രാ വാസുദേവാണ് ഇക്കഥയിലെ നായിക. സമീപകാലത്ത് അവളുടെ ഭർത്താവ് മരണപ്പെട്ടു. അതേപ്പറ്റിയുള്ള ഓർമ്മകൾ അവളെ വേട്ടയാടുന്നു. അവളും മകൻ വിനീതും തങ്ങളുടെ നാട്ടിലേക്കു യാത്രയാവുകയാണ്. ഭർത്താവിന്റെ അന്ത്യകർമ്മങ്ങൾ നടത്തുകയാണവളുടെ ലക്ഷ്യം. അങ്ങനെയെങ്കിലും തന്നെ വേട്ടയാടുന്ന അസ്വസ്ഥതകളിൽ നിന്ന് മോചിതയാവാമെന്ന് അവൾ കരുതുന്നു. കർമ്മങ്ങൾക്കുശേഷം ചിതാഭസ്മം നിമജ്ജനം ചെയ്യാനായി വിനീതിനോടൊപ്പം അവൾ രാമേശ്വരത്തേക്ക് യാത്രയാവുന്നു. വഴിക്കുവച്ച് നൈനാൻ എന്ന ഉല്ലാ

സവാനായ ചെറുപ്പക്കാരൻ അവരോടൊപ്പം ചേരുന്നു. താനനുഭവിക്കുന്ന ഏകാന്തതയെപ്പറ്റിയും വൈരസ്യത്തെപ്പറ്റിയും ഭദ്ര അയാളോടു പറയുന്നു. അയാളാവട്ടെ, അവളെ ആനന്ദിപ്പിക്കാൻ ശ്രമിക്കുന്നു.

ബാലനായ വിനീതിന്റെ കാഴ്ചപ്പാടിലൂടെയാണ് ചിത്രം അവതരിപ്പിക്കപ്പെടുന്നത്. അമ്മയുടെ പുതിയ സുഹൃത്തിനോട് അവന് ഈർഷ്യയുണ്ടാവുന്നു. ഒരുപക്ഷേ, തന്റെ അച്ഛന്റെ മരണത്തിന് അമ്മ കാരണക്കാരിയാണെന്ന വിശ്വാസം അവന്റെ കുരുന്നു മനസ്സിൽ ഇടംപിടിച്ചിരിക്കാം. രാമേശ്വരത്തെ ക്രിയകൾ കഴിയാറാവുമ്പോൾ പിണ്ഡമെടുത്ത് നൈനാന്റെ മുഖത്തേക്കെറിയുന്നു.

കുട്ടിയുടെ മനസ്സിലെ കലാപങ്ങൾ ധ്വനിസാന്ദ്രമായി അവതരിപ്പിക്കുവാൻ മോഹനന് കഴിഞ്ഞു. ധ്വനിനിർഭരമായ ഈ ആവിഷ്കരണരീതിയാണ് അദ്ദേഹത്തിന്റെ ചിത്രങ്ങളെ വ്യത്യസ്തമാക്കുന്നത്. സൂക്ഷ്മമായ കലാഖ്യാനത്തിൽ പ്രതിബദ്ധത പുലർത്തുന്നതുകൊണ്ടാവാം, കച്ചവടസാദ്ധ്യതകളുടെ പിന്നാലെ അദ്ദേഹം ഒരിക്കലും പോയിട്ടില്ല.

1992–ൽ പുറത്തിറങ്ങിയ *സ്വരൂപ*മാണ് മോഹനൻ ഒടുവിലായി സംവിധാനം ചെയ്ത കഥാചിത്രം. ശ്രീനിവാസൻ നായകനായി അഭിനയിച്ച ഈ ചിത്രത്തിൽ ആദ്യത്തെ രണ്ടു ചിത്രങ്ങളിൽ നിന്നു വ്യത്യസ്തമായി നർമ്മത്തിനുകൂടി സ്ഥാനം നൽകപ്പെട്ടിട്ടുണ്ട്.

വൈശാലി

19

മലയാള സിനിമയ്ക്ക് അഭൂതപൂർവമായ ദൃശ്യചാരുത പകർന്ന സംവിധായകനാണ് ഭരതൻ. ചെറിയ മനുഷ്യരുടെ വിഷാദങ്ങളും കാല്പനിക ലാവണ്യങ്ങളും വ്യത്യസ്തഭൂഭാഗങ്ങളുടെ പ്രകൃതി മനോഹാരിതയും നയനാനന്ദകരമായ ഫ്രെയിമുകളിൽ അദ്ദേഹം പകർന്നുനൽകി. തിരക്കഥാകൃത്തുക്കൾ ആരു തന്നെയായാലും, നടീനടന്മാർ ആരൊക്കെയായാലും ഭരതനൊരുക്കുന്ന ചിത്രത്തിൽ ഭരതന്റെ സ്പർശമുണ്ടാവും. സിനിമയിലെ പരമ്പരാഗത സദാചാരസങ്കൽപ്പങ്ങളെ ഭരതൻ നിഷേധിച്ചു.

ചിത്രകാരനായ ഭരതൻ കലാസംവിധായകനെന്ന നിലയ്ക്കാണ് സിനിമയിൽ പ്രവേശിച്ചത്. കലാസംവിധായകൻ, സംവിധായകൻ, പോസ്റ്റർ ഡിസൈനർ എന്നീ നിലകളിലൊക്കെ പ്രശസ്തനായ ചെറിയച്ചൻ പി എൻ മേനോനാണ് ഭരതനെ സിനിമയുടെ വഴിയിലേക്കു നയിച്ചത്. മേനോൻ കൈവച്ച അതേ രംഗങ്ങളിൽ തന്നെയാണ് പിൽക്കാലത്ത് ഭരതനും പ്രാഗൽഭ്യം തെളിയിച്ചത്.

വ്യക്തിഗതമായ ശൈലി പുലർത്തിയതിനോടൊപ്പം സാമാന്യജനങ്ങളെ തന്റെ ചിത്രത്തിലേക്കാകർഷിക്കാനും ഭരതനു കഴിഞ്ഞു. വിൻസന്റിന്റെ ചിത്രങ്ങളിൽ ആർട് ഡയറക്ടറായി കൂടിയ ഭരതന് ജനപ്രിയസിനിമയുടെ രസതന്ത്രം വശഗമായി. *ഗന്ധർവക്ഷേത്ര*ത്തിലൂടെ (1972) കലാസംവിധായകനായി രംഗപ്രവേശം നടത്തിയ ഭരതൻ ആദ്യമായി

സംവിധാനം ചെയ്ത ചിത്രം *പ്രയാണ*മാണ് (1975). പദ്മരാജനാണ് ഈ ചിത്രത്തിന് തിരക്കഥ രചിച്ചത്. പിൽക്കാലത്ത് ഒട്ടേറെ മികച്ച ചിത്രങ്ങൾ കാഴ്ചവച്ച ഒരു കൂട്ടുകെട്ടിന്റെ തുടക്കമായിരുന്നു അത്. ഇരുവരുടെയും ചിത്രങ്ങളിൽ പിന്നീട് വികസിച്ചുവന്ന ചില അസാധാരണ ഭാവങ്ങളുടെ തിരനോട്ടവുമായിരുന്നു അത്. ലൈംഗികതയുമായി ബന്ധപ്പെട്ട അസ്വസ്ഥതകളും അതിൽ നിന്നുടലെടുക്കുന്ന പ്രശ്നങ്ങളുമാണ് ഇതിലവതരിപ്പിക്കപ്പെട്ടത്. ഇത്രയ്ക്ക് തീക്ഷ്ണമായി കാമം അതിനുമുമ്പ് ചിത്രീകരിക്കപ്പെട്ടിരുന്നില്ല.

ശ്രദ്ധേയങ്ങളായ നിരവധി ചിത്രങ്ങൾ ഭരതൻ സംവിധാനം ചെയ്തു. *ആരവം, തകര, രതിനിർവേദം, ചാമരം, മർമ്മരം, ഓർമ്മയ്ക്കായി, കാറ്റത്തെ കിളിക്കൂട്, കാതോട് കാതോരം, ചിലമ്പ്, ഒരു മിന്നാമിനുങ്ങിന്റെ നുറുങ്ങുവെട്ടം, അമരം, ചമയം* തുടങ്ങിയവയാണ് ഭരതന്റെ പ്രധാന ചിത്രങ്ങൾ. വ്യത്യസ്തമായ പ്രമേയങ്ങളും വ്യത്യസ്തമായ പശ്ചാത്തലങ്ങളുമാണ് തന്റെ ചിത്രങ്ങളിൽ അദ്ദേഹം ഉപയോഗിച്ചത്. ഒരു ചിത്രവും മറ്റൊന്നിന്റെ നിഴലോ അനുകരണമോ ആവാതെ അദ്ദേഹം ശ്രദ്ധിച്ചു. കഥാപാത്രങ്ങളായി അഭിനേതാക്കൾക്ക് വേഷപ്പകർച്ച വരുത്തുന്നതിൽ അസാമാന്യമായ വിജയമാണ് അദ്ദേഹം നേടിയത്. ഭരത് ഗോപിയുടെയും നെടുമുടി വേണുവിന്റെയും മാധവിയുടെയും മറ്റും ഏറ്റവും മികച്ച ഭാവാഭിനയമാണ് ഭരതൻ ചിത്രങ്ങളിൽ നാം കാണുക.

ഭരതന്റെ ഏറ്റവും മികച്ച രണ്ടു ചിത്രങ്ങളാണ് *മർമ്മര*വും *ഓർമ്മയ്ക്കായി*യും. എഴുപതുകളിൽ പ്രബലമായിരുന്ന നക്സലിസത്തിന്റെ സാന്നിദ്ധ്യമുള്ള ഭരതന്റെ രണ്ടു ചിത്രങ്ങളിലൊന്നാണ് *മർമ്മരം* (മറ്റേത് *ഇത്തിരിപൂവേ ചുവന്നപൂവേ*). ഇതിൽ ബ്രാഹ്മണനായ സ്കൂൾ ഹെഡ്മാസ്റ്റർ പ്രേമിക്കുന്ന അധഃകൃത യുവതിയുടെ ഭർത്താവാണ് നക്സലൈറ്റ് കഥാപാത്രം. പൊലീസിന്റെ വെടിയേറ്റു മരിക്കുകയാണിയാൾ. യുവതിക്ക് സാന്ത്വനവും അഭയവും നല്കുകയാണ് ഹെഡ്മാസ്റ്റർ നാരായണയ്യർ. ചെറിയ വരകളിലൂടെ വലിയ മിഴിവ് പകരുകയാണ് വിപ്ലവകാരിയായ കഥാപാത്രത്തിന് ഭരതൻ.

ഭരതൻ

സൂസന്നയുടെ ദുരന്തജീവിതത്തിന്റെ ഹൃദയാവർജ്ജകമായ ചിത്രീകരണമാണ് *ഓർമ്മയ്ക്കായി.* ബധിരനും മൂകനുമായ ഒരു ചിത്രകാരനെയാണവൾ പ്രേമിക്കുന്നത്. ഈ പ്രേമമാണ് ദുരന്തത്തിലേക്കുള്ള വാതായനങ്ങൾ തുറന്നിടുന്നത്. ഭരതനിലെ ചിത്രകാരൻ *ഓർമ്മയ്ക്കായി*യുടെ ദൃശ്യചാരുതയ്ക്കു നൽകിയിരിക്കുന്ന സംഭാവനകൾ ചെറുതല്ല.

*വൈശാലി*യുടെ സവിശേഷത മലയാളത്തിലെ പുരാണകഥാശാഖയിൽ അത് ഒറ്റപ്പെട്ടു നിൽക്കുന്നു എന്നതാണ്. പുരാണകഥകൾ പലതും ചലച്ചിത്രമാക്കപ്പെട്ടിട്ടുണ്ട് മലയാളത്തിൽ. യുക്തിക്കും കൽപ്പനാശേഷിക്കും നിരക്കാത്ത കൃത്രിമകഥകളായി അവ രൂപംമാറുകയാണുണ്ടായത്. വിശ്വാസികളായ പ്രേക്ഷകരെ ചൂഷണം ചെയ്യുകയെന്ന ഏകോദ്ദേശ്യമേ അവയ്ക്കുണ്ടായിരുന്നുള്ളൂ. അതിൽ നിന്നൊക്കെ വ്യത്യസ്തമായി ഒരു പൗരാണിക കഥാവസ്തുവെ സൗന്ദര്യാത്മകമായി സമീപിക്കുകയാണ് ഭരതൻ ചെയ്തത്.

അംഗരാജ്യത്ത് കൊടുംവേനൽ അന്തമില്ലാതെ തുടരുമ്പോൾ ലോമപാദരാജാവ് പോംവഴി കാണാതെ വിഷണ്ണനായി. രാജഗുരുവിന്റെ മുന്നിൽ ഒരു മാർഗ്ഗം തെളിഞ്ഞുകണ്ടു. ബ്രഹ്മചാരിയായ ഒരു മുനികുമാരനെ കൊണ്ടുവന്ന് യാഗം നടത്തിയാൽ മഴ ലഭിക്കുമെന്ന് രാജഗുരു രാജാവിനെ അറിയിക്കുന്നു. അന്വേഷണത്തിൽ മഹാമുനിയായ വിഭാണ്ഡകന്റെ പുത്രൻ ഋഷ്യശൃംഗൻ സ്ത്രീസംസർഗ്ഗമില്ലാതെ താപസജീവിതം നയിക്കുകയാണെന്നറിയുന്നു. ഋഷ്യശൃംഗനെ അംഗരാജ്യത്തിലേക്കാകർഷിച്ചു കൊണ്ടുവരുന്ന ചുമതല വേശ്യാപുത്രിയായ വൈശാലിയെ ഏൽപ്പിക്കുന്നു. ദൗത്യനിർവഹണത്തിന് പുറപ്പെടുംമുമ്പ് വൈശാലിയുടെ മാതാവ് നിർമ്മല രാജാവിനോടൊരു വരം ആവശ്യപ്പെടുന്നു. ഋഷ്യശൃംഗനെ അംഗരാജ്യത്തെത്തിക്കുകയും മഴ പെയ്യുകയും ചെയ്താൽ വൈശാലി സ്വന്തം പുത്രിയാണെന്ന യാഥാർത്ഥ്യം ബഹുജനസമക്ഷം അംഗീകരിക്കണമെന്നായിരുന്നു അത്. രാജാവത് സമ്മതിക്കുന്നു. എന്നാൽ, ദൗത്യം വിജയകരമായി നിറവേറ്റപ്പെട്ടു കഴിഞ്ഞപ്പോൾ വൈശാലി ക്രൂരമായി പുറന്തള്ളപ്പെടുന്നു.

കലയുടെ വിവിധ മേഖലകളിൽ വ്യാപരിക്കുന്ന പ്രതിഭാശാലികൾ കാലാന്തരത്തിൽ വിഭിന്ന മാധ്യമങ്ങളിൽ പുനഃസൃഷ്ടിച്ച കഥയാണിത്. മലയാളത്തിൽത്തന്നെ വൈലോപ്പിള്ളിയുടെ ഹൃദ്യമായ ഒരു കാവ്യം ഇക്കഥയെ അവലംബിച്ചെഴുതപ്പെട്ടിട്ടുണ്ട്. എം ടി വാസുദേവൻ നായരുടെ തിരക്കഥയിന്മേലാണ് ഭരതൻ തന്റെ ചലച്ചിത്രശില്പം പടുത്തുയർത്തിയിട്ടുള്ളത്. ശരാശരിക്കാരായ പല സംവിധായകരും എം ടിയുടെ തിരക്കഥയുപയോഗിക്കുമ്പോൾ അദ്ദേഹത്തിന്റെ ശൈലിയിലേക്ക് മാറുന്നതായിക്കാണാം. എന്നാൽ *വൈശാലി*യിൽ ഭരതൻ തന്റെ സ്വന്തം ശൈലി നഷ്ടപ്പെടുത്തിയിട്ടില്ല. എം ടിയുടെ തിരക്കഥ അദ്ദേഹത്തിന് ശക്തമായ പിന്തുണയായി എന്നു മാത്രം.

വരൾച്ചയുടെ ഉള്ളുലയ്ക്കുന്ന ദൃശ്യങ്ങളും കോരിച്ചൊരിയുന്ന മഴയുടെ ആഹ്ലാദാവേശവും പ്രേക്ഷകനെ ബോദ്ധ്യപ്പെടുത്താൻ ഭരതനു കഴിഞ്ഞിട്ടുണ്ട്. പുതുമ പകരുന്ന താരനിർണ്ണയവും മനോഭിരാമമായ വാതിൽപ്പുറക്കാഴ്ചകളും ശ്രവണമധുരമായ ഗാനങ്ങളും *വൈശാലി*യുടെ ബഹുജനപ്രീതിക്ക് വഴിയൊരുക്കി.

പൊന്മുട്ടയിടുന്ന താറാവ് 20

ഗ്രാമീണലാളിത്യത്തിന്റെ ചലച്ചിത്രകാരനാണ് സത്യൻ അന്തിക്കാട്. നാട്ടിൻപുറത്തിന്റെ നന്മകളും ദൗർബല്യങ്ങളും തികഞ്ഞ കഥാപാത്രങ്ങളെ കണ്ടെത്താനും ലളിതമനോഹരമായ പശ്ചാത്തലങ്ങളിൽ അവരെ പ്രതിഷ്ഠിക്കാനും സംഘർഷനിർഭരമായ കഥാസന്ധികൾ സൃഷ്ടിക്കാനും അദ്ദേഹത്തിനുള്ള വിരുത് ഒന്നുവേറെതന്നെ. ഗാനരചയിതാവ് എന്ന നിലയിലാണ് സത്യന്റെ സിനിമാപ്രവേശം. 1982-ൽ *കുറുക്കന്റെ കല്യാണം* സംവിധാനം ചെയ്തുകൊണ്ട് അദ്ദേഹം ചലച്ചിത്രരചനയുടെ വഴിയിലെ ദീർഘപ്രയാണം തുടങ്ങി. കാൽനൂറ്റാണ്ടു പൂർത്തിയാക്കിയ തന്റെ ചലച്ചിത്ര ജീവിതത്തിൽ അപൂർവമായി മാത്രമേ അദ്ദേഹത്തിനു പരാജയം നേരിടേണ്ടതായി വന്നിട്ടുള്ളൂ. ഇരുപത്തിയഞ്ചുകൊല്ലക്കാലം ഇടവേളകളില്ലാതെ ഒരേ ഗതിവേഗത്തിൽ സംവിധാനരംഗത്തു തുടരാൻ കഴിഞ്ഞിട്ടുള്ളവർ ഏറെയില്ല. വിശ്വസ്തതയുള്ള ഒരു പ്രേക്ഷകവൃന്ദം കൂടെയുള്ളതുകൊണ്ടാണ് സത്യന് അതു സാദ്ധ്യമായത്. ഈ പ്രേക്ഷകരോട് നീതി പുലർത്താൻ എക്കാലവും അദ്ദേഹം നിഷ്കർഷ കാട്ടി.

സന്മനസ്സുള്ളവർക്ക് സമാധാനം, ഗാന്ധിനഗർ സെക്കൻഡ് സ്ട്രീറ്റ്, ടി പി ബാലഗോപാലൻ എം എ, നാടോടിക്കാറ്റ്, കുടുംബപുരാണം, തല

യണമന്ത്രം, സന്ദേശം, മഴവിൽക്കാവടി, ഇരട്ടക്കുട്ടികളുടെ അച്ഛൻ, വീണ്ടും ചില വീട്ടുകാര്യങ്ങൾ, മനസ്സിനക്കരെ, അച്ചുവിന്റെ അമ്മ, രസതന്ത്രം തുടങ്ങിയവയാണ് സത്യന്റെ പ്രധാന ചിത്രങ്ങൾ. പ്രിയദർശൻ ചിത്രങ്ങളിലെ തമാശക്കാരനായും പിൽക്കാല ചിത്രങ്ങളിലെ പരുക്കനായും അരങ്ങുതകർത്ത മോഹൻലാലിന്റെ കുടുംബ കഥാപാത്രങ്ങളേറെയും പ്രത്യക്ഷപ്പെട്ടത് സത്യന്റെ ചിത്രങ്ങളിലാണ്. ആദ്യത്തെ സംസ്ഥാന അവാർഡ് ലാൽ നേടിയതും ഒരു സത്യൻ ചിത്രത്തിലൂടെയത്രേ (*ടി പി ബാലഗോപാലൻ എം എ*). ശ്രീനിവാസന്റെ അവിസ്മരണീയ കഥാപാത്രങ്ങളിൽച്ചിലതും സത്യൻ ചിത്രങ്ങളിലൂടെ പ്രേക്ഷകമദ്ധ്യത്തിലെത്തിയവരാണ്. ജയറാമിനെ സംബന്ധിച്ചും ഇതു പറയാൻ കഴിയും. എങ്കിലും, സത്യന്റെ പ്രാവീണ്യം ഏറെ തെളിയുന്നത് സ്വഭാവ കഥാപാത്രങ്ങളെ അവതരിപ്പിക്കുമ്പോഴാണ്. നാട്ടിൻപുറത്തിന്റെ ചൂടും ചൂരുമുള്ള കഥാപാത്രങ്ങളെ സത്യൻ അവതരിപ്പിക്കുമ്പോൾ അവർ പ്രസരിപ്പിക്കുന്ന ചൈതന്യ പ്രവാഹത്തിലൊഴുകി നീങ്ങുകയാണ് കഥാഗതി. സത്യൻ ചിത്രങ്ങളുടെ ഏറ്റവും വലിയ ആകർഷണീയത ഈ കഥാപാത്രങ്ങളാണ്. വൈക്കം മുഹമ്മദ് ബഷീറിന്റെ കഥാപാത്രങ്ങളുടെയും വേളൂർ കൃഷ്ണൻകുട്ടിയുടെ കഥാപാത്രങ്ങളുടെയും ഒരു സങ്കലനമാണിവിടെ സംഭവിക്കുന്നത്. നിലവാരത്തിന്റെ രണ്ടു തട്ടുകളിൽ നിൽക്കുന്നവരാണ് ഈ എഴുത്തുകാർ എന്നു മറക്കുന്നില്ല. കഥാപാത്രങ്ങളുടെ രസികത്വം മാത്രമാണിവിടെ വിവക്ഷ.

സത്യന്റെ ചലച്ചിത്രശൈലിയുടെ എല്ലാ സവിശേഷതകളും ഒത്തുചേർന്നിട്ടുള്ള ഒരു രചനയാണ് *പൊന്മുട്ടയിടുന്ന താറാവ്* (1988). യഥാർത്ഥ

സത്യൻ അന്തിക്കാട്

ത്തിൽ ഇതിനാദ്യം നൽകപ്പെട്ട പേര് *പൊന്മുട്ടയിടുന്ന തട്ടാൻ* എന്നായിരുന്നു. സാമുദായിക വികാരങ്ങളിളക്കിവിട്ട് സർഗ്ഗാത്മകതയെ തടയുന്നവർക്ക് ഒട്ടും കുറവില്ലാത്ത നാടാണല്ലോ നമ്മുടേത്. അവരുടെ പരാതിയെത്തുടർന്ന് ശീർഷകം മാറ്റേണ്ട ഗതികേട് വന്നു. വാസ്തവത്തിൽ *പൊന്മുട്ടയിടുന്ന തട്ടാന്റെ* രസികത്വമില്ല *പൊന്മുട്ടയിടുന്ന താറാവിന്*. നാടോടിക്കഥകളുടെ ഭാവശിൽപ്പമാണ് ഈ ചിത്രത്തിനുള്ളത്. ഒരു സ്വർണ്ണപ്പണിക്കാരന്റെ പ്രതികാരത്തിന്റെ കഥയാണിത്. ഗ്രാമീണ ജീവിതത്തിലെ ആസക്തികളും അത്യാഗ്രഹങ്ങളും തിരിച്ചടികളുമൊക്കെ ഇതിൽ അതിവിദഗ്ദ്ധമായി നെയ്തുചേർത്തിരിക്കുന്നു.

തട്ടാൻ ഭാസ്കരനാണ് *പൊന്മുട്ടയിടുന്ന താറാവിലെ* മുഖ്യകഥാപാത്രം. ഭാസ്കരന് അയൽക്കാരിയായ സ്വർണ്ണലതയോട് പ്രേമമുണ്ടായി. അഞ്ചുപവന്റെ ഒരു മാലയാണ് തന്റെ പ്രേമോപഹാരമായി ഭാസ്കരൻ സമർപ്പിക്കുന്നത്. എന്നാൽ ഗൾഫ്കാരനായ യുവാവ് വിവാഹാർത്ഥിയായി എത്തുമ്പോൾ കാലുമാറാൻ സ്വർണ്ണലതയ്ക്ക് ഒട്ടും മടിയുണ്ടായില്ല. ഭാസ്കരന്റെ മനസ്സിൽ പകയുടെ കനലുകളെരിയുന്നു. ഗൾഫ് ജോലി നഷ്ടപ്പെട്ട ഭർത്താവ് തൊഴിലില്ലാതെ അലയുമ്പോൾ സ്വർണ്ണലത സാമ്പത്തികഞെരുക്കത്തിൽ പിടയുന്നു. ഭാസ്കരൻ കൊടുത്ത സ്വർണമാല അവൾക്ക് വിൽക്കാനായി കൊടുത്തയക്കേണ്ടി വരുന്നു. അപ്പോഴാണ് കള്ളി വെളിച്ചത്താവുന്നത്. ഭാസ്കരൻ കൊടുത്ത മാല വെറും മുക്കുപണ്ടമായിരുന്നു.

അതീവലളിതമായ ഒരു കഥാവസ്തുവിന് ലളിതസുന്ദരമായ ആവിഷ്കരണം നിർവഹിക്കുകയാണ് സത്യൻ ചെയ്തിരിക്കുന്നത്. ജീവൻ തുടിക്കുന്ന നാട്ടിൻപുറങ്ങളും മണ്ണിന്റെ യാഥാർത്ഥ്യമുൾക്കൊണ്ട കഥാപാത്രങ്ങളും അദ്ദേഹത്തിന്റെ ചിത്രങ്ങളിലെ നിറസാന്നിദ്ധ്യമാണെങ്കിലും ഈ ഗുണവിശേഷത്തിൽ *പൊന്മുട്ടയിടുന്ന താറാവ്* സത്യന്റെ ഇതരചിത്രങ്ങളിൽ നിന്ന് ബഹുദൂരം മുന്നിൽ നിൽക്കുന്നു. കേരളഗ്രാമങ്ങളുടെ മിഴിവുറ്റ ദൃശ്യങ്ങൾ ഇത്രമേൽ സുന്ദരമായി പകർത്തപ്പെട്ട മറ്റധികം ചിത്രങ്ങളില്ല.

പിറവി

21

***പി**റവി* പുറത്തുവരുന്നതിനു മുൻപും മലയാളസിനിമയിൽ ഷാജി എൻ കരുൺ പ്രശസ്തനായിരുന്നു. മലയാളത്തിലെ ഏറ്റവും മികച്ച ഛായാഗ്രാഹകന്മാരിലൊരാളായിരുന്നു അദ്ദേഹം. അരവിന്ദന്റെ ഒട്ടുമിക്ക ചിത്രങ്ങളും ഷാജിയുടെ ക്യാമറയിലൂടെയാണ് സാക്ഷാത്കരിക്കപ്പെട്ടിട്ടുള്ളത്. ഛായാഗ്രഹണമികവിന് നിരവധി സംസ്ഥാന-ദേശീയ പുരസ്കാരങ്ങളും അദ്ദേഹം നേടുകയുണ്ടായി.

സംവിധാനരംഗത്തെ ഷാജിയുടെ കന്നിസംരംഭമാണ് *പിറവി*. അടിയന്തരാവസ്ഥയുടെ പശ്ചാത്തലത്തിലാണ് *പിറവി*യുടെ പ്രമേയം ഉരുത്തിരിഞ്ഞിരിക്കുന്നത്. ഉച്ചത്തിലുള്ള രാഷ്ട്രീയ പ്രസ്താവനകളൊന്നും അദ്ദേഹം നടത്തുന്നില്ല. രാഷ്ട്രീയ സമസ്യകൾ അന്തർധാരയായി വരുന്ന ആവിഷ്കാര രീതിയാണ് *പിറവി*യിലുള്ളത്. ഉപരിതലത്തിലാവട്ടെ, ആർദ്രമായ മനുഷ്യബന്ധങ്ങളുടെ ആലേഖനമാണുള്ളത്. പ്രശാന്ത സുന്ദരമായ ഒരു നാട്ടിൻപുറവും അന്ധമായ തിരക്കിൽ ഇരമ്പിപ്പായുന്ന ഒരു നഗരവുമാണ് ചിത്രത്തിന്റെ പശ്ചാത്തലങ്ങൾ. രണ്ടും തമ്മിലുള്ള വൈരുദ്ധ്യം ഇതിന്റെ പ്രമേയത്തിന് ശക്തി പകരുന്നു. മൂടിക്കെട്ടിയ ആകാശവും നിരന്തരമായ മഴയും *പിറവി*യുടെ പശ്ചാത്തലത്തിന് സവിശേഷത നൽകുന്നു. ചിത്രത്തിന്റെ ആത്മതാളമായി മാറുന്നുണ്ട് ആ മഴ.

ഗ്രാമത്തിലെ ബസ്സ്റ്റോപ്പിൽ, തിരുവനന്തപുരത്ത് എഞ്ചിനീയറിംഗ്

കോളേജിൽ പഠിക്കുന്ന തന്റെ മകൻ വരുന്നതും കാത്ത്, ഒരു വൃദ്ധൻ കാത്തുനിൽക്കുന്നു. മകനെത്തുന്നില്ല. അടുത്ത ദിവസവും അയാൾ വരുന്നു. അതിനടുത്ത ദിവസവും. മൂടിക്കെട്ടിയ ആകാശത്തിനു കീഴെ വള്ളത്തിൽ അയാൾ മടങ്ങുന്നു. മകനുവേണ്ടിയുള്ള കാത്തിരിപ്പ് അങ്ങനെ നീണ്ടുപോകുന്നു.

വൃദ്ധന്റെ മകൾ മാലതി ഗ്രാമത്തിലെ പള്ളിക്കൂടത്തിൽ അദ്ധ്യാപിക. അവളും തന്റെ സഹോദരനെ തിരയുകയാണ്. അനുജന്റെ കൂട്ടുകാരൻ അവധിക്കെത്തി എന്നറിയുമ്പോൾ അവൾ അവനെ സമീപിക്കുന്നു. അവനിൽ നിന്നാണ് അനുജൻ അറസ്റ്റ് ചെയ്യപ്പെട്ട വിവരം അറിയുന്നത്. മകന്റെ കാര്യം തിരക്കാനായി അച്ഛൻ തിരുവനന്തപുരത്തേക്ക് യാത്രയാവുന്നു. രാഷ്ട്രീയത്തിലിറങ്ങിയ കാലത്ത് തന്റെ കുടുംബത്തിന്റെ സഹായങ്ങൾ നേടിയിട്ടുള്ള ആഭ്യന്തരമന്ത്രിയെയാണ് അയാൾ ആദ്യം സമീപിക്കുന്നത്. കൃത്യമായ മറുപടിയൊന്നും പറയാതെ ഐ ജിക്കൊരു കത്തു കൊടുത്തുവിടുകയാണ് മന്ത്രി ചെയ്യുന്നത്. ഐ ജി പറയുന്നത് അങ്ങനെയൊരു അറസ്റ്റ് നടന്നിട്ടില്ലെന്നാണ്. അവൻ തിരിച്ചെത്തുമെന്നും അയാൾ പറയുന്നു. വീട്ടിൽ തിരിച്ചെത്തി വൃദ്ധൻ ഇക്കാര്യം അറിയിച്ചെങ്കിലും മാലതി അതു വിശ്വസിക്കാൻ തയ്യാറാവുന്നില്ല. അവൾതന്നെ തിരുവനന്തപുരത്തേക്ക് യാത്രയാവുന്നു.

രഘു താമസിച്ചിരുന്ന ഹോസ്റ്റൽ അവൾ സന്ദർശിക്കുന്നു. അവൻ അറസ്റ്റ് ചെയ്യപ്പെട്ടത് സത്യമാണെന്നറിയുന്നു. അവനോടൊപ്പം അറസ്റ്റ് ചെയ്യപ്പെട്ടവർ തിരികെയെത്തിയിരിക്കുന്നു. അവർക്കും അറിയില്ല രഘു

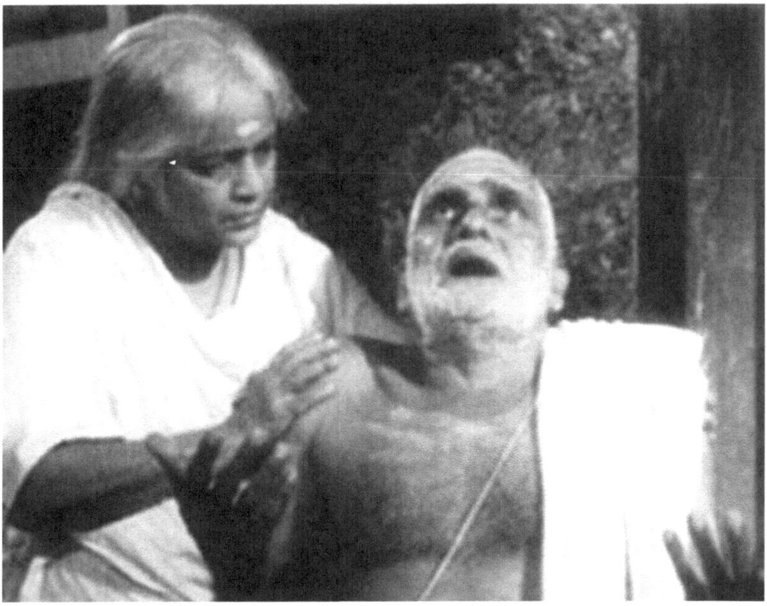

എവിടെയാണെന്ന്. അവന്റെ ഹോസ്റ്റൽ മുറിയിൽനിന്ന് അവൾക്കു കിട്ടുന്നത് പാതി പൂർത്തിയാക്കിയ ഒരു കത്തും അച്ഛന്റെ ചിത്രവും മാത്രം. യാഥാർത്ഥ്യത്തിന്റെ ക്രൂരത അവളെ വേട്ടയാടുന്നു. തിരികെ വീട്ടിലെത്തി അവൾ യാഥാർത്ഥ്യം അറിയിക്കുന്നു. പക്ഷേ, അച്ഛനതു വിശ്വസിക്കാൻ തയ്യാറാവുന്നില്ല. എല്ലാ ദിവസവും ബോട്ട് കയറി അയാൾ ബസ് സ്റ്റോപ്പിലേക്കു പോകുന്നു. മകൻ വരുമെന്ന പ്രതീക്ഷയിൽ കാത്തുനിൽക്കുന്നു. കാണാതാവുമ്പോൾ വീട്ടിലേക്കു മടങ്ങുന്നു; പിറ്റേന്നാൾ വീണ്ടും കാക്കുവാനായി.

ഷാജി എൻ കരുൺ

അടിയന്തരാവസ്ഥയിൽ കാണാതെയായ രാജനെയും അച്ഛൻ ഈച്ചരവാര്യരെയുമാണ് *പിറവി* ഓർമ്മയിലേക്കു കൊണ്ടുവരുന്നത്. എന്നാൽ, അത്തരമൊരു ഒറ്റപ്പെട്ട സംഭവത്തിലേക്കു ചുരുങ്ങാതെ ഒരു സാർവലൗകിക പ്രശ്നമായി പ്രമേയത്തെ വളർത്തിക്കൊണ്ടു വരാൻ ഷാജിക്കു കഴിഞ്ഞു. യുദ്ധവും തീവ്രവാദവും കെടുതികൾ വിതച്ച എല്ലാ നാടുകളിലും വ്യക്തികളെ കാണാതായതിന്റെ സംഭവങ്ങൾ അസംഖ്യമുണ്ട്. അതുകൊണ്ടുതന്നെ ലോകത്തിന്റെ എല്ലാ കോണുകളിലുമുള്ള പ്രേക്ഷകർക്ക് *പിറവി* സ്വീകാര്യമായി. ഏറ്റവും കൂടുതൽ ചലച്ചിത്രമേളകളിൽ പങ്കെടുത്ത മലയാള ചിത്രമാണ് *പിറവി.* ഒട്ടേറെ പുരസ്കാരങ്ങളും അത് വാരിക്കൂട്ടി.

സംവിധായകനായ ഷാജിയുടെ ഏറ്റവും മികച്ച ചിത്രം *പിറവി* തന്നെ. അദ്ദേഹത്തിന്റെ പിൽക്കാല ചിത്രങ്ങളായ *സ്വമ്മി*ലും *വാനപ്രസ്ഥ*ത്തിലുമൊന്നും ഈ വിജയം ആവർത്തിക്കാൻ ഷാജിക്കായില്ല. അവയും പുരസ്കാരങ്ങൾ നേടിയ ചിത്രങ്ങൾ തന്നെ. വ്യത്യസ്തമായ പ്രമേയങ്ങളാണ് അവയിൽ സ്വീകരിക്കപ്പെട്ടിരിക്കുന്നതും. എങ്കിലും *പിറവി* അവയിൽ നിന്നൊക്കെ ഒറ്റപ്പെട്ട് വളരെ മുന്നിലായി നിലകൊള്ളുന്നു.

22

വടക്കുനോക്കിയന്ത്രം

ശരാശരി മനുഷ്യന്റെ യാഥാർത്ഥ്യം പുലർത്തുന്നവയാണ് ശ്രീനിവാസൻ അഭിനയിച്ച കഥാപാത്രങ്ങളും അദ്ദേഹം തിരക്കഥയെഴുതുകയോ സംവിധാനം നിർവഹിക്കുകയോ ചെയ്ത ചിത്രങ്ങളും. അമാനുഷികന്റെയോ അതിമാനുഷികന്റെയോ തലങ്ങളിലേക്ക് അദ്ദേഹം പോകുന്നില്ല. അന്യനെ പരിഹസിക്കുന്നതിനേക്കാൾ ഉത്തമമാണ് ആത്മപരിഹാസമെന്നു തിരിച്ചറിഞ്ഞിട്ടുള്ള കലാകാരനാണ് ശ്രീനിവാസൻ. ആത്മപരിഹാസത്തിന് വിശ്വാസ്യതയും ആത്മാർത്ഥതയും ഏറും. ആത്മപരിഹാസകലയിൽ സമാനതകളില്ലാത്ത കലാകാരനാണ് അദ്ദേഹം.

അഭിനയം, തിരക്കഥ, സംവിധാനം എന്നീ മൂന്നു മേഖലകളിലും തനതായ സംഭാവനകളർപ്പിക്കാൻ ശ്രീനിവാസനു കഴിഞ്ഞിട്ടുണ്ട്. അഭിനേതാവും സഹസംവിധായകനുമായിട്ടാണ് അദ്ദേഹം സിനിമയിൽ പ്രവേശിച്ചത്. പി എ ബക്കറിന്റെ *മണിമുഴക്ക*മാണ് അദ്ദേഹം അഭിനയിച്ച ആദ്യചിത്രം. *മഴയെത്തും മുൻപേ, നാടോടിക്കാറ്റ്, ടി പി ബാലഗോപാലൻ എം എ, ചമ്പക്കുളം തച്ചൻ, സന്ദേശം, ദൂരെ ദൂരെ ഒരു കൂടു കൂട്ടാം* തുടങ്ങി മുപ്പതിൽപ്പരം ചിത്രങ്ങൾക്ക് അദ്ദേഹം തിരക്കഥയെഴുതി. *വടക്കുനോക്കിയന്ത്രം, ചിന്താവിഷ്ടയായ ശ്യാമള* എന്നീ ചിത്രങ്ങൾ സംവിധാനം ചെയ്തു. എല്ലാ ചിത്രങ്ങളിലും അടിസ്ഥാന ഭാവമായി വരുന്നത് ഹാസ്യമാണെങ്കിലും ജീവിതത്തിന്റെ വിഭിന്ന മേഖലകളും കർമ്മ മണ്ഡലങ്ങളും അതിലുൾക്കൊള്ളുന്നുണ്ട്. സാമൂഹിക വിമർശനം അതിന്റെ

അവിഭാജ്യാംശമാണ്. ഇടയ്ക്കൊക്കെ രാഷ്ട്രീയവും വിമർശനത്തിനു ശരവ്യമാകാറുണ്ട്. നിസ്സഹായനായ ഒരു മനുഷ്യനെ സമൂഹം നേരിടുന്നതിന്റെ വൈചിത്ര്യങ്ങൾ പലപ്പോഴും വരച്ചുകാട്ടപ്പെടുന്നു. സ്വന്തം ഉൽക്കർഷേച്ഛകൾ മനുഷ്യനെ പരാജയപ്പെടുത്തുന്നതിന്റെ അനുഭവസാക്ഷ്യങ്ങളും അവയിലുണ്ട്. ശാരീരികവും പ്രജ്ഞാപരവുമായ പരിമിതികളെ മനുഷ്യൻ കീഴടക്കുന്നതിന്റെ കാഴ്ചകളോടൊപ്പം ചിലപ്പോഴൊക്കെ അവയ്ക്ക് കീഴടങ്ങുന്നതും കാണാം. അഭിനയിച്ച ചിത്രങ്ങൾ പലതും ഗുണനിലവാരത്തിന്റെ കാര്യത്തിൽ ശരാശരിക്കു കീഴെ സ്ഥിതിചെയ്യുമ്പോൾ സംവിധാനം ചെയ്ത ചിത്രങ്ങൾ അദ്ദേഹം ശരാശരിക്കു മുകളിലേക്കുയർത്തി. കുറേക്കൂടി വിശദമാക്കിയാൽ, അഭിനയിച്ച ചിത്രങ്ങൾ നിലവാരത്തിന്റെ ഭിന്നതലങ്ങളിലാണ് ഇടം പിടിച്ചിട്ടുള്ളത്. അവയിൽ മികച്ചവയുണ്ട്, ശരാശരിയുണ്ട്, ശരാശരിക്കു കീഴിൽ നിൽക്കുന്നവയുമുണ്ട്. തിരക്കഥയെഴുതിയ ചിത്രങ്ങൾ അവയ്ക്കു ചലച്ചിത്രരൂപം നൽകിയ സംവിധായകരുടെ പ്രതിഭാശേഷിയുടെ തോതനുസരിച്ച് വ്യത്യസ്ത നിലവാരം പുലർത്തുന്നു. എങ്കിലും ശരാശരിയും ശരാശരിക്കു മുകളിലുള്ളവയുമാണ് ഏറെ. ശ്രീനിവാസന്റെ തിരക്കഥകൾക്ക് മെച്ചപ്പെട്ട ചലച്ചിത്രാഖ്യാനങ്ങൾ നൽകിയവരിൽ പ്രമുഖർ സത്യൻ അന്തിക്കാടും കമലുമത്രേ. രണ്ടു ചിത്രങ്ങളേ ശ്രീനിവാസൻ സംവിധാനം ചെയ്തിട്ടുള്ളു. രണ്ടിന്റെയും നില ശരാശരിക്കു മുകളിലാണ്.

*വടക്കുനോക്കിയന്ത്ര*മാണ് (1989) ശ്രീനിവാസൻ സംവിധാനം ചെയ്ത ആദ്യചിത്രം. അദ്ദേഹത്തിന്റെ ആത്മപരിഹാസം അതിന്റെ ആധിക്യത്തിലെത്തിനിൽക്കുന്ന ചിത്രമത്രേ അത്. തന്നെത്തന്നെ മാതൃകയാക്കിയാണ് ശ്രീനിവാസൻ ഇതിലെ നായകനെ സൃഷ്ടിച്ചിരിക്കുന്നത്. ഇരുണ്ടവനും കുറിയവനുമാണ് ഈ നായകൻ. അതുകൊണ്ടുള്ള അപകർഷതാബോധമാണ് അയാളുടെ പതനങ്ങൾക്കൊക്കെ ഹേതുവാകുന്നത്. ഈ ശാരീരിക പ്രത്യേകതകൾ യാതൊരപകർഷകതയുമുളവാക്കിയിട്ടില്ലാത്ത ശ്രീനിവാസൻ അങ്ങനെയൊന്നു സംഭവിച്ചാൽ എങ്ങനെ എന്നു നിരീക്ഷിക്കുകയാണോ എന്നു തോന്നും. തളത്തിൽ ദിനേശൻ എന്ന ഈ നായകകഥാപാത്രത്തിന്റെ അപകർഷതാബോധത്തെ ഉദ്ദീപിപ്പിച്ച സംഗതി അയാൾ വിവാഹം കഴിച്ചത് ഒരു സുന്ദരിയെയാണ് എന്നതത്രേ.

ദിനേശന്റെ അപകർഷതാബോധം ഭാര്യയുടെ സാമീപ്യത്തിൽ പടിപടിയായി വളരുകയാണ്. ഒരു ശരാശരി കേരളീയ യുവതിയാണ് ഈ ഭാര്യ. ഭർത്താവിനെ സ്നേഹിക്കുകയും അനുസരിക്കുകയും ചെയ്യുന്നവൾ. അഥവാ അങ്ങനെ ചെയ്യാൻ പരിശീലിപ്പിക്കപ്പെട്ടവൾ. അവൾക്ക് ഭർത്താവ് കാണപ്പെട്ട ദൈവമാണ്. അവൾക്ക് തന്നെപ്പറ്റി ഉണ്ടാകാനിടയുണ്ടെന്ന് ഭർത്താവ് സംശയിക്കുന്ന ദുരന്ത ദുശ്ശങ്കകളൊന്നും യഥാർത്ഥത്തിൽ അവൾക്കില്ല. എങ്കിലും ഭാര്യയുടെ മനസ്സിൽ തന്നോടുള്ള മതിപ്പുയർത്താൻ അയാൾ പല മാർഗ്ഗങ്ങളുമവലംബിക്കുന്നു. ഇവയൊക്കെയും കോമാളിത്തങ്ങളാണെന്ന യാഥാർത്ഥ്യം ഒരാൾക്കു മാത്രം മന

സ്സിലാവുന്നില്ല – അയാൾക്കു മാത്രം. മതിപ്പുയർത്താനുള്ള ശ്രമങ്ങൾ പരാജയമടഞ്ഞുവെന്നു മനസ്സിലാവുമ്പോൾ മനസ്സിൽ പകയും അസൂയയും ജനിക്കുന്നു. ഇതാകട്ടെ, അങ്ങേയറ്റം സംഹാരാത്മകവുമായിരിക്കും. ഇത്തരമൊരു സന്ദർഭത്തിലെ ഏറ്റവും ക്ലാസ്സിക്കായ ആവിഷ്കരണമാണ് *ഒഥല്ലോ*യിൽ നാം ദർശിക്കുന്നത്. തളത്തിൽ ദിനേശനും ഒഥല്ലോയുടെ ഒരു ചെറിയ പതിപ്പാണ്.

ഈ കഥാപാത്രങ്ങൾ എന്നെങ്കിലും യാഥാർത്ഥ്യത്തിലേക്കുണരുമോ? ഇത്തരം കഥകൾക്ക് ശുഭാന്ത്യം നൽകിയ കഥാകാരന്മാരുണ്ട്. ദുരന്തത്തിലവസാനിപ്പിച്ച കഥാകാരന്മാരുമുണ്ട്. ശ്രീനിവാസനാകട്ടെ, രണ്ടറ്റത്തേക്കും പോകുന്നില്ല. എന്നാൽ, ഒരു ശുഭാന്ത്യ നാടകമല്ല ജീവിതം എന്നദ്ദേഹം പ്രഖ്യാപിക്കുന്നു.

*വടക്കുനോക്കിയന്ത്ര*ത്തിൽ താൻ പ്രകടമാക്കിയ കലാപരമായ വിവക്ഷകൾ യാദൃച്ഛികതയല്ലെന്ന് *ചിന്താവിഷ്ടയായ ശ്യാമള*യിൽ ശ്രീനിവാസൻ സ്ഥാപിക്കുന്നുണ്ട്. ഉത്തരവാദിത്വബോധമില്ലാത്ത ഒരു ഗൃഹനാഥനാണിവിടെ നായകൻ. കടമകളിൽ നിന്നൊളിച്ചോടാൻ പല അടവുകളും അയാൾ പ്രയോഗിക്കുന്നുണ്ട്. അപ്പോഴൊക്കെ കൂടുതൽ കൂടുതൽ കുരിശുകൾ ചുമക്കേണ്ടിവരികയാണയാളുടെ ഭാര്യക്ക്. ഇതും ഒരു സമകാലിക കേരളീയ യാഥാർത്ഥ്യമാണ്. ഒടുക്കം, എല്ലാ വഴികളുമടയുമ്പോൾ ആത്മീയതയിൽ അഭയം പ്രാപിക്കുകയാണയാൾ. അയാൾ അവലംബിക്കുന്ന ആത്മീയത ഒരു കാപട്യമാണ്. മുമുക്ഷുവിന്റെ യഥാർത്ഥമായ ജ്ഞാനമാർഗ്ഗമല്ലത്. ഭീരുവിന്റെ അഭയം മാത്രം. ഈ കപട ആത്മീയതയും ഇന്നത്തെ കേരളത്തിന്റെ ഒരു മുഖമുദ്രയാണ്.

ഏതൊരു മികച്ച ഹാസ്യ സാഹിത്യകാരനെയും പോലെ, ഹാസ്യ ചലച്ചിത്രകാരനെയും പോലെ, മൂർച്ചയേറിയ സാമൂഹിക വിമർശനമാണ് ഈ ചിത്രങ്ങളിലൂടെ ശ്രീനിവാസൻ നിർവ്വഹിക്കുന്നത്.

23 ഡാനി

മലയാളത്തിലെ ആധുനിക സംവിധായകരിൽ ഏറ്റവും കർമ്മോത്സുകത പ്രദർശിപ്പിച്ചിട്ടുള്ളയാളാണ് ടി വി ചന്ദ്രൻ. വ്യത്യസ്തമായ പ്രമേയങ്ങൾ പരീക്ഷിക്കുന്നതിലും തീക്ഷ്ണമായ സാമൂഹിക വിമർശനം നടത്തുന്നതിലും ഈ ചലച്ചിത്രകാരൻ ഒരു വിട്ടുവീഴ്ചയ്ക്കും തയ്യാറാവുന്നില്ല. പുരോഗമനചേരിയിലാണ് താൻ നിലകൊള്ളുന്നതെന്ന് ഓരോ ചിത്രത്തിലൂടെയും ചന്ദ്രൻ പ്രഖ്യാപിക്കുന്നു. മലയാളത്തിലെ അപൂർവ്വം സ്ത്രീപക്ഷ ചലച്ചിത്രകാരന്മാരിൽ ഒരാളുമാണ് അദ്ദേഹം. സാധാരണക്കാർക്കുകൂടി അഭിഗമ്യമായ ഒരാവിഷ്കരണ രീതിയാണ് അദ്ദേഹം കൈക്കൊണ്ടിട്ടുള്ളത്. തന്റെ നടീനടന്മാരിൽ നിന്ന് ഏറ്റവും മികച്ച പ്രകടനങ്ങൾ പിഴിഞ്ഞെടുക്കാനും അദ്ദേഹത്തിനു കഴിഞ്ഞു.

അഭിനേതാവെന്ന നിലയിലാണ് ചന്ദ്രന്റെ സിനിമാപ്രവേശം. *അഗ്രഹാരത്തിൽ കഴുതയിൽ* ആദ്യമായി മുഖം കാണിച്ച അദ്ദേഹം *കബനീനദി ചുവന്നപ്പോളിൽ* നായകനായി. *കൃഷ്ണൻകുട്ടിയാണ്* (1981) അദ്ദേഹം സംവിധാനം ചെയ്ത ആദ്യചിത്രം. എഴുപതുകളിലെ ആർട്ഫിലിം നാട്യങ്ങളുള്ള സിനിമകളുടെ ഒരു തുടർച്ചയായിരുന്നു ഇത്. കാമ്യാംശങ്ങളൊന്നുമില്ലാത്ത ഒരു മന്ദതാള ചിത്രം. അന്ന് ലഭ്യമായിരുന്ന സബ്സിഡി തുകയ്ക്കുള്ളിൽ ഒതുക്കിയുണ്ടാക്കിയ ഒരഭ്യാസചിത്രം. അടുത്ത ചിത്രം ചന്ദ്രനൊരുക്കിയത് തമിഴിലാണ്. ഒട്ടൊക്കെ ജീവി

തഗന്ധമുണ്ടായിരുന്ന *ഹേമാവിൻ കാതലർകൾ* എന്ന ഈ ചിത്രത്തിൽ സെക്സ് നടിയായി മുദ്രകുത്തപ്പെട്ടിരുന്ന അനുരാധയെ നായികയായി അവതരിപ്പിക്കാനുള്ള ചങ്കൂറ്റം ചന്ദ്രൻ പ്രദർശിപ്പിച്ചു.

*ആലീസിന്റെ അന്വേഷണ*ത്തിലൂടെ മലയാളത്തിൽ തിരിച്ചെത്തിയ ചന്ദ്രൻ ഹേമയെപ്പോലെ ആലീസിനെയും സമകാലിക പുരുഷാഹന്തയുടെ ഇരയെന്ന നിലയിൽ അവതരിപ്പിക്കുകയായിരുന്നു. എന്നാൽ ആലീസ് അലംകൃത ബൊമ്മയല്ല, പച്ചപ്പാവമല്ല, ഭർത്താവ് നഷ്ടപ്പെടുന്നതോടെ ജീവിതം നഷ്ടപ്പെടുന്നവളുമല്ല. ഉപേക്ഷിക്കപ്പെട്ടൊരു ഭാര്യയാണ് ആലീസും. തെറ്റിദ്ധാരണയാലോ ആരുടെയെങ്കിലും ഗൂഢതന്ത്രത്താലോ ഒന്നുമല്ല ആലീസിന്റെ ഭർത്താവായ തോമസ്കുട്ടി അവളെ വിട്ടുപോകുന്നത്. ഒരുദിവസം അയാൾ തിരിച്ചെത്തിയില്ല, അത്രമാത്രം. അയാളെ തിരക്കിയിറങ്ങുന്ന ആലീസിന്റെ മുന്നിൽ അയാളുടെ മറ്റൊരു മുഖം അനാവൃതമാകുന്നു. ഒപ്പം സുഹൃത്തായ വിശ്വത്തിന്റെ യഥാർത്ഥ സ്വത്വം അവൾക്കു മനസ്സിലാവുകയും ചെയ്യുന്നു. വിശ്വത്തിന്റെ സൗഹൃദം കാമമായി രൂപം മാറുന്ന ആ സന്ദർഭത്തെയും അവൾ സഫലമായി നേരിടുന്നു. ഭർത്താവിന്റെയും സുഹൃത്തിന്റെയും വഞ്ചനയൊന്നും ആലീസിനെ തളർത്തുന്നില്ല. ധൈര്യമായി ജീവിതത്തെ അഭിമുഖീകരിക്കാൻ അവൾ തീരുമാനമെടുക്കുന്നിടത്താണ് ചിത്രം അവസാനിക്കുന്നത്.

മങ്കമ്മ, സൂസന്ന, പാഠം ഒന്ന് ഒരു വിലാപം, ആടും കൂത്ത് (തമിഴ്) എന്നീ ചിത്രങ്ങളിലും സ്ത്രീയുടെ ഭിന്നമുഖങ്ങളാണ് ചന്ദ്രൻ അവതരിപ്പിക്കുന്നത്. *പൊന്തൻമാട, ഓർമ്മകൾ ഉണ്ടായിരിക്കണം, ഡാനി, കഥാവശേഷൻ* എന്നീ ചിത്രങ്ങളിൽ പുരുഷലോകത്തിന്റെ വ്യത്യസ്ത സമസ്യകൾ നിർദ്ധാരണം ചെയ്യാൻ അദ്ദേഹം ശ്രമിക്കുന്നു.

കേരളത്തിന്റെ ഒരു കാലഘട്ടത്തിലെ രാഷ്ട്രീയ, സാംസ്കാരിക, സാമൂഹിക ചരിത്രത്തിനു സമാന്തരമായാണ് *ഡാനി*യിലെ കഥാലോകം ഇതൾ വിടർത്തപ്പെടുന്നത്. കലാമേന്മ പുലർത്തുന്ന ചിത്രങ്ങളിൽ നിന്നു വ്യത്യസ്തമായി നീണ്ടൊരു കഥയുണ്ട് *ഡാനി*യിൽ. കഥാനായകന്റെ ജനനം മുതൽ മരണം വരെ ഇതിൽ രേഖപ്പെടുത്തിയിരിക്കുന്നു. ദണ്ഡിയിൽ ഗാന്ധി ഉപ്പുസത്യഗ്രഹം നടത്തുന്ന കാലത്താണ് ഡാനിയുടെ ജനനം. ബാല്യത്തിലേ അനാഥനായിത്തീർന്ന ഡാനി മരണവീടുകളിൽ ഗിത്താർ വായിച്ചുകിട്ടുന്ന പണം കൊണ്ടാണ് ജീവിതം

ടി വി ചന്ദ്രൻ

കഴിച്ചുകൂട്ടിയത്. പള്ളിയിൽ മ്യൂസിക് ട്രൂപ്പുണ്ടാക്കാൻ ശ്രമിച്ചുകൊണ്ടിരുന്ന വികാരി ഡാനിക്ക് സാക്സോഫോണിൽ പരിശീലനം നൽകുന്നു. എന്നാൽ, തന്റെ സംഗീതത്തിന് പ്രകാശനാവസരം കിട്ടാഞ്ഞതുകൊണ്ട് അയാൾ ഒരു സൈക്കിൾ കട നടത്താൻ ഒരുങ്ങുന്നു. പ്രേമിച്ച പെണ്ണിനെ വിവാഹം കഴിക്കാൻ സാധിക്കാത്ത ഡാനി മറ്റുള്ളവർ നിർബന്ധിച്ചപ്പോൾ ഒരു വിവാഹം കഴിച്ചു. അവർക്കൊരു കുട്ടിയും പിറന്നു. ഇക്കാലഘട്ടത്തിലാണ് വിമോചന സമരത്തെത്തുടർന്ന് ആദ്യത്തെ കമ്യൂണിസ്റ്റ് മന്ത്രിസഭ നിലം പതിക്കുന്നത്. കോൺഗ്രസിനുവേണ്ടി സാക്സോഫോൺ വായിക്കാൻ പോയ ഡാനി തിരികെ വന്നപ്പോൾ ഒരു കത്തെഴുതിവച്ചിട്ട് ഭാര്യ തന്റെ പൂർവ്വകാമുകനുമൊത്ത് കുഞ്ഞിനെയും കൊണ്ട് സ്ഥലം വിട്ടുപോയിരുന്നു.

മദ്യപാനിയായി അലഞ്ഞുതിരിഞ്ഞ ഡാനിക്ക് വീണ്ടുമൊരിക്കൽക്കൂടി ഭർത്താവിന്റെ വേഷം കെട്ടേണ്ടിവരുന്നു. അഹങ്കാരിയായ മാർഗരറ്റായിരുന്നു അയാളുടെ ഭാര്യ. അയാൾക്കൊരു മകൻ പിറന്നു. ഡാനിയുടെ സാക്സോഫോൺ നാദവീചികൾ കേട്ട് അവൻ വളർന്നു. പക്ഷേ, വർഷങ്ങൾ കടന്നുപോയപ്പോൾ മാർഗരറ്റും അവളുടെ മകനും ഡാനിയിൽ നിന്നകലുന്നു. ഹൃദ്രോഗിയാണെന്നാരോപിച്ച് മാർഗരറ്റ് ഡാനിയെ ഹിൽസ്റ്റേഷനിലെ ഒരാശുപത്രിയിൽ കൊണ്ടുതള്ളുന്നു.

ആ ഉഷ്ണഭൂമിയിലും കനിവിന്റെ ഉറവകൾ പൊട്ടുന്നു. ഒരു റിട്ടയേർഡ് അദ്ധ്യാപികയുടെ രൂപത്തിലാണത് സംഭവിക്കുന്നത്. ഡാനിയെ മകളുടെ സമീപത്തു കൊണ്ടാക്കാൻ ടീച്ചർ ശ്രമിക്കുന്നു. എന്നാൽ മകൾ അച്ഛനെ നിരാകരിക്കുന്നു. സർവ്വരാലും ഒറ്റപ്പെട്ട ഡാനിയുടെ അവസാന അഭയം ടീച്ചർ തന്നെയായിരുന്നു. അവരുടെ മടിയിൽക്കിടന്ന് അയാൾ അന്ത്യശ്വാസം വലിക്കുന്നു.

ചരിത്ര സംഭവങ്ങളുമായി ഒരുതരത്തിലും പ്രതികരിക്കാത്ത ഒരു സാധാരണക്കാരനാണിതിലെ കഥാനായകൻ. എന്നാൽ ചരിത്രത്തിന്റെ ഒഴുക്കിൽ അയാളും ഒഴുകിയൊഴുകി നീങ്ങുകയാണ്. ഈ ചരിത്രസംഭവങ്ങൾ സ്വയമറിയാതെ അയാളെ മാറ്റിമറിക്കുന്നുമുണ്ട്. അയാളുടെ ജീവിത ദുരന്തങ്ങളോ മരണമോ ഒന്നും ഒരു യുക്തിയും അവതരിപ്പിക്കുന്നില്ല. നിരുപദ്രവിയായ ഒരു മനുഷ്യനു ലഭിക്കാവുന്ന ശാന്തമായ ഒരന്ത്യമാണ് ഡാനിക്ക് ലഭിക്കുന്നത്.

കഥയുടെ ഒഴുക്കല്ല, ഒഴുകി നീങ്ങുന്ന കഥയുടെ പാർശ്വങ്ങളിൽ പ്രത്യക്ഷപ്പെടുന്ന ജീവിതയാഥാർത്ഥ്യങ്ങളാണ് *ഡാനി*ക്ക് മികവ് നൽകുന്നത്. രൂപശിൽപ്പത്തികവിലും *ഡാനി* ചന്ദ്രന്റെ ഇതരചിത്രങ്ങളെ അതിശയിക്കുന്നു.

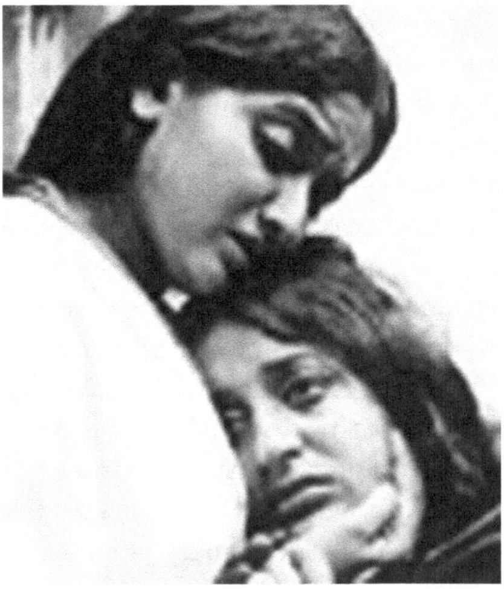

24 പെരുമഴക്കാലം

വാണിജ്യതന്ത്രങ്ങളൊരുക്കുന്ന മുഖ്യധാരയോടു ചേർന്നു നിൽക്കുമ്പോഴും യുക്തിഭദ്രതയും കലാമേന്മയുമിണങ്ങുന്ന ചലച്ചിത്ര കൃതികളൊരുക്കാൻ വ്യഗ്രത കാട്ടുന്ന സംവിധായകനാണ് കമൽ. ആർട് ഫിലിം എന്ന ലേബലിൽ ആത്മാവില്ലാത്ത ചിത്രങ്ങൾ അരങ്ങു തകർത്തു കൊണ്ടിരുന്ന വേളയിൽ, ആ ജനുസ്സിൽപ്പെടുന്ന *ത്രാസം* എന്ന ചിത്രത്തിന്റെ സംവിധാന സഹായിയായാണ് കമൽ രംഗത്തെത്തുന്നത്. തുടർന്ന് *ആരോരുമറിയാതെ* എന്ന ചിത്രത്തിന് തിരക്കഥ രചിക്കുകയും പ്രമുഖരായ പല സംവിധായകരുടെയും സഹായിയായി പ്രവർത്തിക്കുകയും ചെയ്തു.

1986-ൽ *മിഴിനീർപ്പൂവുകൾ* എന്ന ചിത്രത്തിലൂടെയാണ് ഇടവേളകളില്ലാത്ത തന്റെ സംവിധാനസപര്യ കമൽ ആരംഭിക്കുന്നത്. നിലവാരത്തിന്റെ ഭിന്നതലങ്ങളിൽ നിൽക്കുന്ന അനേകം ചിത്രങ്ങൾ കമൽ സംവിധാനം ചെയ്തു. അവയിൽ ശ്രദ്ധേയമായവ *ഉള്ളടക്കം, പെരുവണ്ണാപുരത്തെ വിശേഷങ്ങൾ, കാക്കോത്തിക്കാവിലെ അപ്പൂപ്പൻതാടികൾ, ഗസൽ, മഴയെത്തും മുൻപേ, അഴകിയ രാവണൻ, ഈ പുഴയും കടന്ന്, മഞ്ഞുപോലൊരു പെൺകുട്ടി, കറുത്ത പക്ഷികൾ, പെരുമഴക്കാലം* എന്നിവയത്രേ. ആർദ്രമായ മനുഷ്യബന്ധങ്ങളുടെ കഥയാണ് ഇവയോരോന്നും. ദുഷ്ടകഥാപാത്രങ്ങൾ കുറവാണ് കമലിന്റെ ലോകത്ത്. അത്തരം കഥാപാത്രങ്ങൾ പ്രത്യക്ഷപ്പെടുമ്പോൾ അവരുടെ ക്രൂരത കഥാപാത്രഭാഗധേയങ്ങളെത്തന്നെ മാറ്റിമറിക്കുന്നു. *കാക്കോത്തിക്കാവിലെ അപ്പൂപ്പൻ*

താടികൾ, ഗസൽ, ഈ പുഴയും കടന്ന്, മഞ്ഞുപോലൊരു പെൺകുട്ടി എന്നീ ചിത്രങ്ങളിൽ നിഷ്കളങ്ക കഥാപാത്രങ്ങളുടെ ജീവിതം തകർക്കുന്ന ക്രൂരത നാം കണ്ടുമുട്ടുന്നു. മറ്റു ചിത്രങ്ങളിലാവട്ടെ, മിക്കപ്പോഴും വില്ലനായി വരുന്നത് വിധിയാണ്. തെറ്റിദ്ധാരണകൊണ്ടോ ചെറിയ കൈപ്പിഴ കൊണ്ടോ സംഭവിക്കുന്ന കൊച്ചുകൊച്ചു പാളിച്ചകൾ മഹാദുരന്തങ്ങളായി വളരുകയാണ്. വിധിയുടെ കൈയിലെ കളിപ്പാട്ടങ്ങളായി മാറുകയാണ് കഥാപാത്രങ്ങൾ. പ്രേക്ഷകന്റെ ഹൃദയത്തിൽ എളുപ്പത്തിൽ ചേക്കേറുന്നവരാണവർ. തീവ്രദുഃഖങ്ങൾക്കിടയിലും ഈ ചിത്രങ്ങളിൽ നർമ്മത്തിന്റെ പ്രകാശബിന്ദുക്കൾ അരിച്ചുകയറുന്നതു കാണാം. ചിലപ്പോൾ കണ്ണീരിനിടയിലെ മന്ദഹാസമായി, ചിലപ്പോൾ ജീവിതഭാരങ്ങളുടെ പൊട്ടിച്ചിതറലായി. സമകാലീനരായ മറ്റു സംവിധായകരെപ്പോലെ ഹാസ്യത്തിന് അമിതപ്രാധാന്യം നൽകുന്നില്ല അദ്ദേഹം. കഥയുടെ അവിഭാജ്യ ഭാഗമെന്ന നിലയിലാണ് അദ്ദേഹത്തിന്റെ ഹാസ്യം കടന്നുവരുന്നത്. ഗാനങ്ങളുടെ ഈണങ്ങളിലും ഗാനചിത്രീകരണങ്ങളിലും കമൽ സവിശേഷശ്രദ്ധ പുലർത്തുന്നു. ബോക്സോഫീസിൽ മൂക്കുകുത്തി വീണുവെങ്കിലും *ഗസൽ* മികച്ച ഒരു സംഗീതാനുഭവമായി മാറിയത് അതുകൊണ്ടാണ്.

കമലിന്റെ ആവിഷ്കാരസവിശേഷതകളെല്ലാം ഒത്തിണങ്ങിയ ചിത്രമാണ് *പെരുമഴക്കാലം* (2004). ദുഷ്ടബുദ്ധികളായ കഥാപാത്രങ്ങൾ ഇതിലുണ്ടെങ്കിലും വില്ലൻ എന്നു വിശേഷിപ്പിക്കാവുന്നവരാരുമില്ല. സ്വന്തം നിലനിൽപ്പിനായി മനുഷ്യമനസ്സിന്റെ നന്മയെ തേടുന്നവരാണിതിലെ കഥാപാത്രങ്ങൾ. ഇടവിടാതൊഴുകുന്ന കണ്ണുനീരിന്റെ ആഖ്യാനമാണിത്. കണ്ണീരിന്റെ സ്ഥൂലരൂപമായി മഴ ഇടതടവില്ലാതെ പെയ്യുന്നു. മഴയുടെ സംഗീതം ഈ ചിത്രത്തിൽ നിറഞ്ഞുനിൽക്കുന്നു. ആ സംഗീതത്തെ അനുകരിച്ചുകൊണ്ട് പശ്ചാത്തല സംഗീതവും നിറഞ്ഞുനിൽക്കുന്നു.

രണ്ടു യുവതികളാണ് *പെരുമഴക്കാല*ത്തിലെ മുഖ്യകഥാപാത്രങ്ങൾ – റസിയയും ഗംഗയും. റസിയയുടെ ഭർത്താവ് അക്ബറും ഗംഗയുടെ ഭർത്താവ് രഘുരാമയ്യരും സൗദി അറേബ്യയിലാണ്. ഇരുവരും ഉറ്റ സുഹൃത്തുക്കൾ. ആകസ്മികമായി രഘു കൊല്ലപ്പെടുന്നു. കൊലക്കുറ്റത്തിന് അക്ബർ അറസ്റ്റ് ചെയ്യപ്പെട്ടു. അയാൾ വധശിക്ഷയ്ക്ക് വിധിക്കപ്പെട്ടു. സൗദി കോടതിയുടെ ഉത്തരവനുസരിച്ച് കൊല്ലപ്പെട്ടയാളിന്റെ ഏറ്റവുമടുത്ത ബന്ധു മാപ്പുനൽകുകയാണെങ്കിൽ കൊലയാളിക്ക് വിടുതൽ ലഭിക്കും. ആകെത്തകർന്ന റസിയ രഘുവിന്റെ വിധവയായ ഗംഗയെത്തേടിച്ചെല്ലുന്നു. റസിയയെക്കാൾ തകർന്ന നിലയിലായിരുന്നു ഗംഗ. ഭർത്താവിന്റെ മരണം തളർത്തിക്കളഞ്ഞ അവൾക്ക് വിധവകളോടുള്ള ബ്രാഹ്മണ്യത്തിന്റെ കർക്കശനിലപാടുകളും നേരിടേണ്ടി വരുന്നു. റസിയയുടെ അപേക്ഷ നിരാകരിക്കാൻ അവൾക്കൊട്ടും ആലോചിക്കേണ്ടി വന്നില്ല. വീട്ടുകാരാവട്ടെ, റസിയയെ ഓടിച്ചുവിടാനാണു തുനിയുന്നത്. എന്നാൽ, റസിയ പിന്മടങ്ങാൻ തയ്യാറായിരുന്നില്ല. അവളുടെ നിശ്ചയ

കമൽ

ദാർഢ്യത്തിനു മുന്നിൽ ഗംഗ ഉരുകിപ്പോകുന്നു. വിശേഷിച്ചും, അക്ബറിന്റെയും രഘുവിന്റെയും ഉറ്റസുഹൃത്തായ ജോൺ കുരുവിള അക്ബറിന്റെ നിരപരാധിത്വത്തെപ്പറ്റി അറിയിക്കുക കൂടി ചെയ്തപ്പോൾ റസിയയെ സഹായിക്കാതിരിക്കാൻ ഗംഗയ്ക്കു കഴിയുന്നില്ല. സ്വന്തം വീട്ടിൽ നിന്ന് ബഹിഷ്കൃതയാവേണ്ടിവന്നിട്ടും മാപ്പപേക്ഷ ഒപ്പിട്ടുകൊടുക്കാൻ ഗംഗ സന്നദ്ധയാവുന്നു. ജയിൽ മോചിതനായെത്തുന്ന അക്ബറോടൊപ്പം റസിയ ഗംഗയെ കാണാൻ വരുന്നുണ്ട്. പലഹാരമുണ്ടാക്കി കാലയാപനം നടത്തുന്ന ഗംഗയുടെ ആകുലാവസ്ഥ അവരെ തളർത്തുന്നു. വേദനയിലും സ്നേഹത്തിന്റെ ആർദ്രതയിൽ മന്ദഹസിക്കാൻ ഗംഗയ്ക്കു കഴിയുന്നു. ആ സ്നേഹത്തിനു മുന്നിൽ തങ്ങൾ ഗംഗയോട് കൂടുതൽ കടപ്പെടുകയാണെന്നവർ മനസ്സിലാക്കുന്നു.

മനുഷ്യബന്ധങ്ങളുടെ ആഴങ്ങളും പ്രതിസന്ധികളിൽ തളിരിടുന്ന പ്രതീക്ഷകളുമെല്ലാം *പെരുമഴക്കാല*ത്തിന്റെ ഉള്ളടക്കത്തിലെ ഘടകങ്ങളാണ്. അതീവ സെൻസിറ്റീവായ ഒരു വിഷയമാണ് കമൽ ഇതിൽ കൈകാര്യം ചെയ്തിരിക്കുന്നത്. രണ്ടു സമുദായങ്ങളുടെ വൈകാരിക പ്രശ്നമായി മാറാവുന്ന ഒന്നാണിത്. പക്വതയില്ലാത്ത ഒരു സംവിധായകന്റെ കൈയിൽ ഇത് അപകടകരമായേക്കാം. മലയാളത്തെ സംബന്ധിച്ചിടത്തോളം മതനിരപേക്ഷത നിലനിൽക്കുന്ന ഒരു മണ്ഡലമാണ് സിനിമ. മറ്റു പല രംഗങ്ങളിലും കൈമോശം വന്നുകൊണ്ടിരിക്കുന്ന മതസഹിഷ്ണുത സിനിമയിൽ അചഞ്ചലമായി തുടരുന്നു. *പെരുമഴക്കാലം* ഈ പ്രസ്താവത്തിന്റെ ജ്വലിക്കുന്ന മാതൃകയാണ്. ഗംഗയുടെ വീട്ടുകാരായ യാഥാസ്ഥിതിക ബ്രാഹ്മണരുടെ കാർക്കശ്യം അവതരിപ്പിക്കുമ്പോഴും നിസ്സഹായതയുടെ ആൾരൂപമായി റസിയ ഗംഗയുടെ കാൽക്കൽവീണു കെഞ്ചുമ്പോഴും മതപരമായ സങ്കുചിതത്വത്തിന് കമൽ വഴിപ്പെടുന്നില്ല.

കാഴ്ച

25

പദ്മരാജനും ഭരതനും വ്യാപരിച്ചിരുന്ന ചലച്ചിത്രലോകത്തിന്റെ സവിശേഷതകൾ അവരുടെ വിയോഗത്തിനുശേഷം ഏറെക്കാലം നഷ്ട പ്പെട്ടു പോയിരുന്നു. പദ്മരാജന്റെ ശിഷ്യനെന്ന നിലയിൽ സിനിമയിൽ പ്രവേശിച്ച ബ്ലസിയിലൂടെയാണ് ആ കണ്ണികൾ വീണ്ടുമിണക്കിച്ചേർക്ക പ്പെട്ടത്. പ്രശസ്തരായ പല സംവിധായകർക്കുമൊപ്പം പ്രവർത്തിച്ച ശേഷ മാണ് അദ്ദേഹം സ്വന്തമായി ഒരു ചലച്ചിത്രം സംവിധാനം ചെയ്യാനൊരു മ്പെട്ടത്. *കാഴ്ച* (2004) എന്ന ഈ ആദ്യചിത്രത്തിന്റെ വിജയത്തിനു ശേഷം *തന്മാത്ര*യും *പളുങ്കും* അദ്ദേഹം സംവിധാനം ചെയ്തു.

ഒന്നിലേറെ തലങ്ങളുള്ള ഒരു പ്രമേയമാണ് ബ്ലസി *കാഴ്ച*യിലൂടെ അവതരിപ്പിക്കുന്നത്. ഒന്നാമത്തെ തലത്തിൽ ഇത് ഒരു സിനിമാ ഓപ്പ റേറ്ററും ഗുജറാത്തിലെ ഭൂകമ്പത്തിൽ മാതാപിതാക്കളിൽ നിന്ന് വേർപെ ട്ടുപോയ ഒരു ബാലനും തമ്മിലുള്ള അടുപ്പത്തിന്റെ കഥയാണ്. മറ്റൊരു തലത്തിൽ, ഒരു ഫിലിം ഓപ്പറേറ്റർ നേരിടുന്ന സൗന്ദര്യശാസ്ത്ര പ്രതി സന്ധികൾ അവതരിപ്പിക്കപ്പെടുന്നു. എന്നാൽ, സാദ്ധ്യതകളുള്ള ഈ തലം വേണ്ട രീതിയിൽ വികസിപ്പിക്കപ്പെട്ടിട്ടില്ല. അനാഥനായ ഒരു

ബാലന്റെ വരവ് സ്വച്ഛസുന്ദരമായ ഒരു കുടുംബാന്തരീക്ഷത്തിലുളവാക്കുന്ന അനുരണനങ്ങളുടെ കഥയായും ഇത് വായിക്കപ്പെടാം.

16 എം എം ഫിലിം പ്രദർശനം നടത്തി ഉപജീവനമാർഗ്ഗം തേടുന്ന മാധവനാണിതിലെ മുഖ്യ കഥാപാത്രം. അങ്ങനെയൊരു പ്രദർശനസ്ഥലത്തുവച്ചാണ് അയാൾ അനാഥനായ ഒരു ഗുജറാത്തി ബാലനെ ആൾക്കാർ കഷ്ടപ്പെടുത്തുന്നത് കാണുന്നത്. അയാൾ ബാലനെ സാന്ത്വനിപ്പിക്കുന്നു. ഭക്ഷണം വാങ്ങിക്കൊടുക്കുന്നു. തുടർന്ന് മാധവനെ എവിടെയും പിന്തുടരുകയാണ് ബാലൻ. ഒടുവിൽ മാധവൻ ബാലനെ തന്റെ വീട്ടിലേക്കു കൂട്ടിക്കൊണ്ടുപോകുന്നു. അയാളുടെ അച്ഛനുമമ്മയും ഭാര്യ ലക്ഷ്മിയും മകൾ അമ്പിളിയുമടങ്ങുന്ന ആ കുടുംബത്തിന് ബാലൻ ഒരു വാത്സല്യപാത്രമായിത്തീർന്നു. അമ്പിളി അവനെ കൊച്ചുണ്ടാപ്രി എന്നു വിളിച്ചു. ബാലനെപ്പറ്റി കേട്ടറിഞ്ഞ് പ്രാദേശിക രാഷ്ട്രീയക്കാരും മാദ്ധ്യമക്കാരുമൊക്കെ എത്തുന്നുണ്ട്. മാധവന്റെ കുടുംബം ബാലനെ ആർക്കും വിട്ടുകൊടുക്കുന്നില്ല. ഒരു മഴക്കാലത്ത് പുഴയിൽ വീണുപോയ അമ്പിളിയെ കൊച്ചുണ്ടാപ്രി രക്ഷിച്ചതോടെ അവൻ ആ വീട്ടുകാർക്ക് ഏറ്റവും പ്രിയപ്പെട്ടവനായി.

എന്നാൽ നിക്ഷിപ്ത താൽപ്പര്യക്കാരുടെ കുന്നായ്മ നിമിത്തം പ്രശ്നം പൊലീസ് സ്റ്റേഷനിലെത്തുകയും ബാലനെ രക്ഷിതാക്കളെത്തുന്നതുവരെ അനാഥ മന്ദിരത്തിൽ പാർപ്പിക്കാൻ ഉത്തരവുണ്ടാകുകയും ചെയ്തു. പിന്നീട് ബാലനുമായി മാധവൻ ഗുജറാത്തിലേക്ക് യാത്രയായി. ബാലന് രക്ഷിതാക്കളെ കണ്ടെത്താൻ കഴിയാതെ വരുമ്പോൾ അവനെ അഭയാർത്ഥിക്യാമ്പിൽ പാർപ്പിക്കാൻ തീരുമാനമാകുന്നു. രക്ഷിതാക്കൾ വന്നെത്തിയില്ലെങ്കിൽ തന്നെ വിവരമറിയിക്കണമെന്നും താൻ

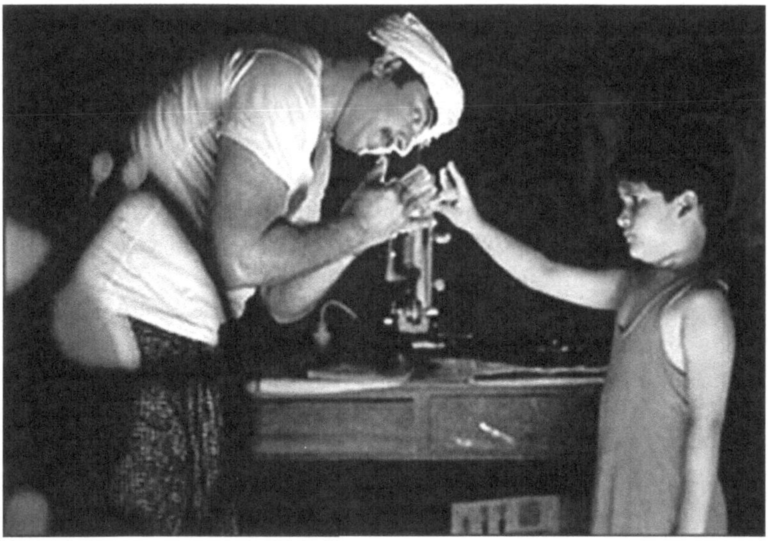

ബ്ലെസി

വന്ന് അവനെ കൂട്ടിക്കൊണ്ടു പോകാമെന്നും മാധവൻ പറയുന്നു. അയാൾ തന്റെ മേൽവിലാസം അവർക്ക് നൽകുന്നു. മാധവൻ അവിടെനിന്നു നടന്നകലുമ്പോൾ അയാൾ നൽകിയ വിലാസം ചവറ്റുകുട്ടയിലേക്ക് വലിച്ചെറിയപ്പെടുന്നതാണ് നാം കാണുന്നത്.

ഹൃദയശൂന്യമായ സമൂഹത്തിന്റെ കുത്സിതമായ ഇടപെടലുകൾക്കിടയിൽ ധർമ്മസങ്കടമനുഭവിക്കുന്ന കഥാപാത്രങ്ങളെയാണ് നാം *കാഴ്ച*യിൽ കാണുന്നത്. രക്ഷിക്കാൻ ആരും തയ്യാറാവുന്നില്ല; ആരെങ്കിലും അതിനു തയ്യാറായാൽ അവരെ കുഴിയിൽ ചാടിക്കാൻ മാർഗ്ഗമെന്തെന്നു പരതുകയാണ്. നന്മയുടെ പുരുഷാകാരം പോലെ മാധവനെ അവതരിപ്പിക്കുമ്പോഴും മനുഷ്യസഹജമായ സ്വാർത്ഥത അയാളെയും ഒഴിവാക്കുന്നില്ല എന്നും ചിത്രീകരിക്കപ്പെടുന്നുണ്ട്. വെള്ളപ്പൊക്കത്തിൽപ്പെട്ട അമ്പിളിയെ കൊച്ചുണ്ടാപ്രി രക്ഷപ്പെടുത്തുമ്പോൾ, ഇടയ്ക്ക് പിടിവിട്ട് അവനും ഒഴുക്കിൽപ്പെടുന്നുണ്ട്. സ്വന്തം മകളെ രക്ഷപ്പെടുത്തുന്ന വ്യഗ്രതയിൽ മാധവൻ ഒരുനിമിഷം അവനെ വിസ്മരിക്കുന്നു. പിന്നീട് ഇതോർത്ത് ആത്മപുച്ഛമനുഭവിക്കുന്നുണ്ട് മാധവൻ.

ആർക്കും വേണ്ടാത്ത അനാഥ ബാലൻ ഒരു കുടുംബത്തിനു പ്രിയപ്പെട്ടവനായി മാറുന്നതിന്റെ വിഭിന്ന ഘട്ടങ്ങൾ വിശ്വാസ്യതയോടെ വരച്ചുകാട്ടാൻ സംവിധായകനു കഴിഞ്ഞു. കൊച്ചുണ്ടാപ്രിയെ നഷ്ടപ്പെടുമ്പോൾ സ്വന്തം കുഞ്ഞ് വേർപെട്ടുപോയതിന്റെ പ്രാണവേദനയാണ് മാധവൻ അനുഭവിക്കുന്നത്. നിഷ്കളങ്കതയും ഹൃദയശൂന്യതയും തമ്മിലുള്ള സംഘർഷമാണ് ചിത്രത്തിലുടനീളം നടക്കുന്നത്.

മാധവനെ ഓപ്പറേറ്റർ എന്ന നിലയിൽ അവതരിപ്പിക്കുന്ന രംഗങ്ങളിൽ ചലച്ചിത്രകലയുടെ യഥാർത്ഥ്യത്തെക്കുറിച്ചുകൂടി ബ്ലസി ധ്വനിപ്പിക്കുന്നുണ്ട്. ഈ യാഥാർത്ഥ്യം നിത്യജീവിത യാഥാർത്ഥ്യവുമായി പയ്യെപ്പയ്യെ കൂടിക്കലരുകയാണ്. ഈ രംഗങ്ങളിൽ അഭൂതപൂർവ്വമായ തനിമ നിലനിർത്താൻ ബ്ലസിക്കാവുന്നു.

കലയെന്ന നിലയ്ക്കുള്ള സിനിമയുടെ പദവിയെ വിസ്മരിക്കാതെ തന്നെ വാണിജ്യവിജയം കൈവരിക്കാൻ കഴിഞ്ഞു എന്നതാണ് ബ്ലസിയുടെ പ്രസക്തി. മലയാള സിനിമ നിലനിൽപ്പിനായി കിണഞ്ഞുകൊണ്ടിരുന്ന ഒരു സന്ദർഭത്തിൽ ഈ പ്രസക്തിയുടെ പ്രാധാന്യം ഏറെയായിരുന്നു.